‘ഭരത് മൂസ’യുടെ സാഹസങ്ങൾ!

INSIGHT PUBLICA

Nadakkavu, Kozhikode, Kerala, 673011
www.insightpublica.com
e-mail: insightpublica@gmail.com

Title: **Bharat Moosayude Sahasangal**
Author: **Jose Prasad**
(Malayalam)
Illustration: Sacheendran Karadka
First Edition: August 2023
Printed and Published by
InsightinPublica Printers & Publishers Pvt. Ltd.
ISBN 978-93-5517-413-0

'ഭരത് മൂസ'യുടെ സാഹസങ്ങൾ!

ജോസ് പ്രസാദ്

INSIGHT PUBLICA®

കാസർഗോഡ് ജില്ലയിലെ മലാൻകടവിൽ താന്നിക്കൽ ജോസഫിന്റെയും ഫിലോമിനയുടെയും മകനായി ജനനം. പാലാവയൽ സെന്റ്ജോൺസ് സ്കൂൾ, കാഞ്ഞങ്ങാട് നെഹ്റു കോളജ് എന്നിവിടങ്ങളിലായിരുന്നു വിദ്യാഭ്യാസം. പത്തനംതിട്ട മൈലപ്ര എസ് എച്ച് ടി ടി ഐ, കണ്ണൂർ യൂണിവേഴ്സിറ്റി ടീച്ചർ എഡ്യൂക്കേഷൻ സെന്റർ, എന്നിവടങ്ങളിൽ നിന്നും അധ്യാപക പരിശീലനം നേടി. കാലിക്കട്ട് യൂണിവേഴ്സിറ്റിയിൽ നിന്നും മലയാള സാഹിത്യത്തിൽ ബിരുദാനന്തര ബിരുദവും നേടിയിട്ടുണ്ട്. ഇപ്പോൾ ബദിയടുക്കയ്ക്കടുത്തുള്ള നീർച്ചാലിൽ ആണ് താമസം. എൻമകജെ പഞ്ചായത്തിലെ ഏൽക്കാന A J B സ്കൂളിൽ L P അധ്യാപകനായി ജോലി ചെയ്യുന്നു.

ബാലമാസികകളിൽ കഥകളും കവിതകളും എഴുതുന്നു. ആയിരത്തിലേറെ കവിതകളും നാനൂറിലധികം കഥകളും മുപ്പതോളം ലേഖനങ്ങളും ഇതുവരെ പ്രസിദ്ധീകരിച്ചിട്ടുണ്ട്.

മുണ്ട്യത്തടുക്ക SMMAUP സ്കൂൾ അധ്യാപികയായ സൂസമ്മ എൻ എസ് ആണ് ഭാര്യ. സോഫ്റ്റ് വെയർ എഞ്ചിനീയറായ കാവ്യ, വിദ്യാർത്ഥിയായ മേഘ എന്നിവർ മക്കളാണ്.

പെപ്പെരെ പെപ്പരെ പീപ്പി, കൊട്ടാപ്പുറത്തുണ്ണി, കാട്ടിലെ സദ്യ എന്നീ കവിതാ സമാഹാരങ്ങളും മിമ്മിനിയും കുഞ്ഞനിയനും, ഹോപ്പി മുയലിന്റെ ക്രിസ്മസ് രാത്രി, അണിഞ്ഞൊരുങ്ങി വന്ന പൂച്ചകൾ, ലോകോത്തര ബാലകഥകൾ, മാത്ത്സ്- മാംഗോട്രീ എന്നീ കഥാ സമാഹാരങ്ങളും പ്രസിദ്ധീകരിച്ചിട്ടുണ്ട്. 'ഡോക്ടർ ചിയോ' എന്ന നോവൽ ചന്ദ്രിക ആഴ്ച്ചപ്പതിപ്പിലും ഭരത് മൂസയുടെ സാഹസങ്ങൾ, മായയും മായാവികളും എന്നീ നോവലുകൾ ബാലഭൂമിയിലും പ്രസിദ്ധീകരിച്ചിട്ടുണ്ട്. വിദേശ ഭാഷകളിൽ എഴുതപ്പെട്ട മികച്ച ബാലകഥകൾ പുനരാഖ്യാനം ചെയ്ത് അവതരിപ്പിക്കുന്ന ഒരു പംക്തി കുട്ടികളുടെ ദീപിക ദ്വൈവാരികയിൽ കൈകാര്യം ചെയ്തു വരുന്നു. മണിച്ചെപ്പ് മാസികയിലൂടെ കുട്ടികളുടെ ഹരമായി മാറിയ 'ഫിക്രു' എന്ന സൂപ്പർ ഹീറോയുടെ സൃഷ്ടാവാണ്.

കൊച്ചി അന്താരാഷ്ട്ര പുസ്തകോത്സവ സമിതിയുടെ 2023ലെ മാലി സ്മാരക കവിതാ പുരസ്കാരം ലഭിച്ചിട്ടുണ്ട്.

താന്നിക്കൽ വീട്, ബേള പി ഒ, കുമ്പള 671321, കാസർഗോഡ് ജില്ല.

മൊബൈൽ : 9633619174, ഇ മെയിൽ : joseprasadt@gmail.com

ജോസ് പ്രസാദ്

ഉള്ളടക്കം

ആമുഖം 9

മട്ടനപ്പൂപ്പനും ചിക്കനമ്മൂമ്മയും 11

പൊന്നു കായ്ക്കുന്ന മരം! 16

കുന്നു കയറി വരുന്ന ജീപ്പ്! 21

അമ്മൂമ്മ പൊട്ടിച്ച നുണ ബോംബ്! 25

അങ്ങനെ മൂസയും സ്മാർട്ടായി! 28

അപവാദങ്ങൾ പിറക്കുന്ന വിധം! 31

തലയ്ക്കകത്തെ ചിത്രങ്ങൾ! 35

അത്ഭുത വൃക്ഷം! 39

തേൻവരിക്കയുടെ കൊതിമണം! 43

പൂക്കാലം വരവായി! 48

പുളുവടി വീരൻ! 52

ചീങ്കണ്ണിയുടെ ആക്രമണം! 57

കുട്ടിപ്പോലീസുകാരുടെ വിരട്ടൽ! 62

കുഞ്ഞുലക്ഷ്മിച്ചേച്ചിയുടെ സങ്കടം! 66

ചീങ്കണ്ണി വേട്ട! 70

മാന്ത്രികക്കനി! 74

ഊഞ്ഞാലാട്ടം! 78

കുട്ടികളുടെ റിപ്പബ്ലിക്ക്! 82

അതിഥികൾ മടങ്ങുന്നു! 86

കാദറും പോക്കറും! 90

വിശേഷം!..95

തോട്ടക്കാരൻ മൂസ! 98

സാന്റിയാഗോ!..101

നഷ്ടപ്പെട്ട തിരുവാഭരണം!..105

അമ്പലക്കള്ളൻ! 109

കൊള്ളക്കാരെ കീഴടക്കുന്നു! 113

ആമുഖം

മക്കൾക്കുവേണ്ടി മാതാപിതാക്കളിൽ നിന്ന് അകന്നു പോകുന്ന പുതിയ തലമുറ. എന്നാൽ ആ മക്കളുടെ ജീവിതം സന്തോഷകരമാക്കാൻ അവർക്കു കഴിയുന്നുമില്ല. സ്വന്തം മാതാപിതാക്കളോടും സ്വന്തം മക്കളോടും ഒരേ സമയം അവർ തെറ്റു ചെയ്യുന്നു.

കുട്ടികളുടെ ബാല്യവും കൗമാരവും, സ്കൂളും പഠനവും പാഠപുസ്തകങ്ങളുമായി, സന്തോഷമില്ലാതെ കടന്നു പോകുന്നു. പഠനം, മാർക്ക്, ഗ്രേഡ്, റാങ്ക്, വിജയം, സൽപ്പേര്, അച്ചടക്കം, അനുസരണ... തുടങ്ങിയ വാക്കുകൾ നിത്യവും കേട്ട് യന്ത്രങ്ങളെപ്പോലെ കുട്ടികൾ ജീവിക്കുന്നു.

തങ്ങൾ മക്കളെ സ്നേഹിക്കുകയാണെന്നാണ് മാതാപിതാക്കൾ പറയുന്നത്. എന്നാൽ കുട്ടികൾക്ക് അതൊട്ടു മനസ്സിലാവുന്നുമില്ല. മാതാപിതാക്കൾ ഒറ്റയ്ക്കാക്കിയ അവരുടെ മാതാപിതാക്കൾ, മക്കളോടും പേരക്കുട്ടികളോടുമുള്ള സ്നേഹം മനസ്സിൽ നിറച്ച് ഒരുനാൾ അവർ തങ്ങളെ തേടിയെത്തുമെന്ന് പ്രതീക്ഷിച്ച് കഴിയുന്നു.

സമ്പത്താണ് എല്ലാവരും തിരയുന്നത്. ജോലിയും ബിസിനസും വിദ്യാഭ്യാസവുമെല്ലാം സമ്പത്തിനു വേണ്ടിയാണ്. ആർത്തി പിടിച്ച ആ ഓട്ടത്തിനിടയിൽ ദരിദ്രരായ മാതാപിതാക്കൾ പോലും വിലയില്ലാത്തവരായിത്തീരുന്നു.

ഇന്ന് നമ്മുടെ നാട്ടിൽ മിക്ക കുടുംബങ്ങളിലും സംഭവിച്ചു കൊണ്ടിരിക്കുന്ന ഈ യാഥാർത്ഥ്യം ഒരു കഥയിലൂടെ പറയാമെന്നു വെച്ചു.

നന്മയെയും സ്നേഹത്തെയും സൗഹൃദത്തേയും ബന്ധങ്ങളെയും വീണ്ടെടുക്കാനുള്ള ഒരു ശ്രമം.

കുട്ടികൾക്കു വേണ്ടി എഴുതിയതാണെങ്കിലും മുതിർന്നവർക്കും വായിച്ചു രസിക്കാവുന്ന ഒരു നോവലാണിത്. ആസ്വാദനത്തിനൊപ്പം ചില തിരിച്ചറിവുകൾ കൂടി വായനക്കാർക്കുണ്ടാവുന്നെങ്കിൽ എന്റെ പ്രയത്നം സഫലമായി.

ജോസ് പ്രസാദ്

മട്ടനപ്പൂപ്പനും ചിക്കനെമ്മൂമ്മയും

പാവയ്ക്ക കുന്നിന്റെ മുകളിലെ ഒരു കൊച്ചു വീട്ടിലാണ് അപ്പൂപ്പന്റെയും അമ്മൂമ്മയുടെയും താമസം. അഞ്ചാണും അഞ്ചു പെണ്ണും ഉൾപ്പെടെ പത്തു മക്കളെ പെറ്റതാണ് അമ്മൂമ്മ. പക്ഷേ ഒറ്റ മക്കളും കൂടെയില്ല.

പെൺമക്കളൊക്കെ ഭർത്താക്കൻമാരുടെ വീട്ടിലായി താമസം. അതു പിന്നെ അങ്ങനെ തന്നെയാണല്ലോ വേണ്ടത്.

ആൺ മക്കളൊക്കെ പട്ടണത്തിൽ വീടു വെച്ചു. ആരും അപ്പൂപ്പനേയും അമ്മൂമ്മയെയും കൂടെ കൂട്ടിയില്ല.

ഒരു ദിവസം അമ്മൂമ്മ തന്റെ വലിയൊരാഗ്രഹം അപ്പൂപ്പനോട് പറഞ്ഞു:

"നമ്മടെ ദിലീപന്റെ ഒരു പുതിയ സിനിമ എറങ്ങീട്ടുണ്ടെന്ന് പത്രത്തിലൊണ്ടാരുന്നു. നാളെ പട്ടണത്തിൽ പോയി നമ്മക്കതു കണ്ടാലോ?"

"എന്നതാടീ, സിനിമാടെ പേര്?"

"സി ഐ ഡി മൂസ"

"സി ഐ ഡി മൂസയോ?"

"അതെ, കണ്ടു തുടങ്ങിയാൽ രണ്ടു മണിക്കൂർ നേരത്തേക്ക് ചിരി നിർത്താൻ പറ്റുകേലെന്നാ പറയുന്ന കേട്ടേ."

"എന്നാൽ നാളെത്തന്നെ പൊക്കളയാം."

പിറ്റേന്നു രാവിലെ അപ്പൂപ്പനും അമ്മൂമ്മയും കട്ടൻ കാപ്പീം പച്ച റൊട്ടീം കഴിച്ച് പാവയ്ക്കാ കുന്നിറങ്ങി ആശാൻ കവലയിൽ വന്ന്

പട്ടണത്തിലേക്കുള്ള ബസ്സു പിടിച്ചു.

തീയേറ്ററിലെത്തിയപ്പോൾ ഭയങ്കര തിരക്കായിരുന്നു. എന്നാൽ അമ്മൂമ്മ സ്ത്രീകളുടെ ക്യൂവിൽ നുഴഞ്ഞു കയറി സൂത്രത്തിൽ വേഗം ടിക്കറ്റൊപ്പിച്ചു. പ്രായമായ തള്ളയല്ലേ എന്നു കരുതി മറ്റു പെണ്ണുങ്ങളൊക്കെ അങ്ങു കണ്ണടച്ചു.

സിനിമ തുടങ്ങി അധിക സമയം കഴിയും മുമ്പേ അമ്മൂമ്മ പൊട്ടിച്ചിരി തുടങ്ങി. അമ്മൂമ്മേടെ ചിരി കേട്ട് അപ്പൂപ്പനും ചിരി തുടങ്ങി. അപ്പൂപ്പന്റേം അമ്മൂമ്മേന്റേം ചിരി കേട്ട് തീയേറ്ററിലെ മൊത്തം ആൾക്കാരും ചിരിക്കാൻ തുടങ്ങി !

മൂസേന്റെ തമാശേം വീരകൃത്യങ്ങളുമൊക്കെ ഇരുവർക്കും നന്നായി ബോധിച്ചു. ഒരു പ്രാന്തൻ ആകാശത്ത് ഹെലികോപ്റ്ററിട്ട് വട്ടം കറക്കുന്നതിനിടയിൽ സിനിമ തീർന്നു പോയതു കണ്ട് അമ്മൂമ്മയ്ക്ക് ദേഷ്യം പിടിച്ചു.

"ഇരുന്നൂറു രൂപാന്റെ ടിക്കറ്റെടുത്തിട്ട് ഇത്രേം വേഗം ഇത് തീർന്നോ? ഇവരു നമ്മളെ പറ്റിച്ചു."

"നീയൊന്നു വേഗം വാടീ, വയറു കുലുങ്ങിച്ചിരിച്ചിട്ട് എനിക്ക് വല്ലാതെ വിശക്കുന്നു. നമുക്ക് ഒരു ഹോട്ടലിൽ പോയി മട്ടൻ ബിരിയാണി തട്ടാം."

"മട്ടൻ ബിരിയാണി നിങ്ങളങ്ങു തിന്നേച്ചാലും മതി. എനിക്ക് ചിക്കൻ ബിരിയാണി മതി."

"ചിക്കനെങ്കിൽ ചിക്കൻ, ഒന്നു വേഗം നടക്കെടീ."

അപ്പൂപ്പൻ തിരക്കു കൂട്ടി.

തിരക്കുള്ള റോഡിലൂടെ അവർ ഹോട്ടലിന്റെ ബോർഡും നോക്കി നടന്നു. ഒടുവിൽ 'രുചിറാണി' ഹോട്ടലിന്റെ ബോർഡു കണ്ടു. അവിടെക്കയറി രണ്ടു പേരും മൂക്കുമുട്ടെ തട്ടി.

വയറു നിറഞ്ഞപ്പോൾ അപ്പൂപ്പനൊരു മൂത്രശങ്ക. വെയ്റ്ററോടു ചോദിച്ചപ്പോൾ അവൻ പറഞ്ഞു:

"ഹോട്ടലിനുള്ളിൽ മൂത്രപ്പുരയില്ല. പുറത്തിറങ്ങി ഇടതു വശത്തൂടെ പിന്നോട്ടു നടന്നാൽ അവിടെ കാണാം."

"നീയിവിടെയിരി, ഞാനിപ്പം വരാം."

എന്നു പറഞ്ഞ് അപ്പൂപ്പൻ മൂത്രമൊഴിക്കാൻ പോയി. അമ്മൂമ്മ ആ സമയം കൊണ്ട് ഒരു നാരങ്ങാച്ചായേം കൂടി കുടിച്ചു.

അപ്പൂപ്പൻ തിരികെ വന്ന് ബില്ല കൊടുക്കാൻ നോക്കുമ്പഴല്ലേ, രസം. അപ്പൂപ്പന്റെ മടിയിലിരുന്ന പേഴ്സ് കാണുന്നില്ല. അപ്പൂപ്പൻ നിന്ന നിൽപ്പിൽ വിയർത്തു കുളിച്ചു....

അമ്മൂമ്മ നാണക്കേടുകൊണ്ടു വല്ലാണ്ടായി...!

അപ്പോഴാണ് കണ്ടാൽ വലിയ വൃത്തിയൊന്നുമില്ലാത്ത ചെറുക്കൻ ഞൊണ്ടിക്കൊണ്ട് അങ്ങോട്ടു വന്നത്.

"അപ്പാപ്പാ, ഇതാണോ തിരയുന്നത്?"

അവൻ അപ്പൂപ്പനു നേരേ പേഴ്സ് നീട്ടി.

ഇരുവർക്കും ശ്വാസം നേരേ വീണു. ബില്ല തീർത്തിറങ്ങുമ്പോൾ അപ്പൂപ്പൻ ഒരു നൂറു രൂപാ നോട്ടെടുത്ത് ആ ചെക്കനു നേരേ നീട്ടി.

"വേണ്ട അപ്പാപ്പാ, എനിക്കു പൈസ വേണ്ട. എനിക്ക് ഒരു ചോറു വാങ്ങിത്തരുമോ?"

വീണ്ടും അവർ ഹോട്ടലിലേക്കു കയറി. അവൻ ആർത്തിയോടെ തിന്നുന്നത് അവരിരുവരും അനുകമ്പയോടെ നോക്കിയിരുന്നു.

ഇടയ്ക്കു വെള്ളം കുടിക്കാൻ അവൻ തീറ്റ നിർത്തിയപ്പോൾ അപ്പൂപ്പൻ ചോദിച്ചു:

"എന്നതാടാ നിന്റെ പേര്?"

"എനിക്ക് പേരില്ലപ്പാപ്പാ."

"എല്ലാരും നിന്നെ എന്താടാ വിളിക്കുന്നത്?"

"മോട്ടൻ. മോട്ടാന്നാ എന്നെ എല്ലാവരും വിളിക്കുന്നത്."

അമ്മൂമ്മയ്ക്കു ദേഷ്യം വന്നു.

"ചെക്കൻ തിന്നുന്നേനെടേലാണോ നിങ്ങടെ ഒരു ക്ഷേമാന്വേഷണം?"

ഭക്ഷണം കഴിഞ്ഞ് അപ്പൂപ്പനും അമ്മൂമ്മയും അവനോട് വിശദമായി സംസാരിച്ച് കാര്യങ്ങളൊക്കെ അറിഞ്ഞു. അവന് അച്ഛനും ഇല്ല, അമ്മയും ഇല്ല, പേരും ഇല്ല. ഒരു കാലിന് സ്വാധീനക്കുറവുള്ളതുകൊണ്ട് ആളുകൾ കളിയാക്കി വിളിക്കുന്ന പേരാണ്

'മോട്ടൻ'.

അമ്മൂമ്മയുടെ മനസ്സലിഞ്ഞു. അവർ അവനോടു ചോദിച്ചു:

"നീ വരുന്നോ ഞങ്ങടെ കൂടെ? ഞങ്ങടെ മോനായിട്ട്? ഞങ്ങൾക്ക് കൂട്ടായിട്ട്?"

ആ ചെക്കന്റെ കണ്ണിൽ നിന്നും രണ്ടു തുള്ളി കണ്ണുനീർ അടർന്നു വീണു. അന്നു വൈകിട്ട് ആശാൻ കവലയിൽ ബസ്സിറങ്ങി പാവ യ്ക്കാക്കുന്നു കയറാൻ അവരോടൊപ്പം ഞൊണ്ടി ഞൊണ്ടി അവനു മുണ്ടായിരുന്നു.

പേരില്ലാത്ത ഒരു പതിനാറുകാരൻ !

പൊന്നു കായ്ക്കുന്ന മരം!

പാവയ്ക്കാക്കുന്നു കയറുന്നതിനിടെ വഴിയിൽ കണ്ട ഒരു മൈൽക്കുറ്റിയിൽ കുത്തിയിരുന്നിട്ട് അമ്മൂമ്മ അപ്പൂപ്പനോട് പറഞ്ഞു:

"എനിക്കിനി ഒരു നിമിഷം നടക്കാൻ വയ്യ! നടന്നു നടന്ന് എന്റെ കാലു കഴച്ചു."

"നിനക്കായിരുന്നല്ലോ സിനിമ കാണാൻ വല്ല്യ പൂതി."

അപ്പൂപ്പൻ തൊള്ള തുറന്നു.

മുട്ടൻ വഴക്കുണ്ടാവാൻ പോവുകയാണെന്ന് ഞൊണ്ടി നടന്ന ചെക്കനു മനസ്സിലായി. അവൻ പറഞ്ഞു:

"വിഷമിക്കേണ്ട അമ്മാമ്മേ, ഞാൻ നിങ്ങളേ എടുത്തോണ്ടു നടക്കാം."

"നിനക്കു തന്നേ നേരേ നടക്കാൻ കഴിയുന്നില്ല. പിന്നെയെങ്ങനെയാടാ നീ എന്നെക്കൂടി ചുമക്കുന്നത്?"

അമ്മൂമ്മ അതു ചോദിച്ചു തീരും മുമ്പ് ചെക്കൻ അമ്മൂമ്മയെ തോളിലേറ്റിക്കഴിഞ്ഞിരുന്നു.

ചെക്കന്റെ തോളിലിരുന്നുള്ള യാത്ര അമ്മൂമ്മയ്ക്ക് നന്നായി ബോധിച്ചു. മുമ്പ് ഈ വഴി പോയപ്പോഴൊന്നും കാണാത്ത കാഴ്ചകൾ ഇപ്പോൾ കാണാൻ കഴിയുന്നുണ്ട് !

വയ്യാത്ത കാലും വെച്ച് അമ്മൂമ്മയെയും തോളിലേറ്റി ചെക്കൻ നല്ല സ്പീഡിലാണ് നടക്കുന്നത്. അപ്പൂപ്പൻ ഒപ്പമെത്താൻ പാടു പെട്ടു!

ചെക്കൻ അമ്മൂമ്മയേ വീടിന്റെ ഉമ്മറത്ത് കൊണ്ടുചെന്ന് ഇറക്കി

വെച്ചു. അപ്പോൾ അമ്മൂമ്മയോട് അപ്പൂപ്പൻ ഒരു ചോദ്യം:

"നമുക്കിവന് ഒരു പേരിടണ്ടേ?"

"ഇവനുള്ള പേര് ഞാൻ തീരുമാനിച്ചു കഴിഞ്ഞു."

"എന്നതാടീ നീ കണ്ടു വെച്ച പേര്?"

"മൂസ"

"മൂസയോ? എന്നാ പേരാടീ അത്?"

"നമ്മളിന്നു കണ്ട സിനിമയിൽ ദിലീപന്റെ പേര് അതല്ലിയോ?"

"അതൊന്നും ഞാൻ സമ്മതിക്കത്തില്ല. ഞാനും ഒരു പേര് മനസ്സിൽ കണ്ടിട്ടൊണ്ട്."

"എന്നതാ നിങ്ങടെ ഒരു പരിഷ്കാരപ്പേര്? ഒന്നു പറ, കേക്കട്ടെ."

"നമുക്ക് ഇവന് നമ്മുടെ രാജ്യത്തിന്റെ പേരിടാം - "ഭാരതം."

അമ്മൂമ്മ മൂക്കത്തു വിരൽ വെച്ചു.

"എന്നാൽ വേണ്ട, അൽപ്പം പരിഷ്കരിച്ച് 'ഭരത്' എന്നിടാം എന്താ?""

"നിങ്ങളെന്തു പറഞ്ഞാലും ഞാൻ സമ്മതിക്കത്തില്ല. ഇവനെ ഇങ്ങോട്ടു ക്ഷണിച്ചതു ഞാനാണെങ്കിൽ ഇവന്റെ പേരും ഞാൻ തന്നെ ഇടും."

ഈ വക്കാണം കേട്ട് സഹികെട്ട് ചെക്കൻ പറഞ്ഞു:

"നിങ്ങൾ രണ്ടാളും ഇങ്ങനെ വഴക്കിടേണ്ട. എന്റെ പേര് 'ഭരത് മൂസ' എന്ന് ആയിക്കോട്ടെ."

അങ്ങനെ അപ്പൂപ്പനും അമ്മൂമ്മയും ഒരു ഒത്തുതീർപ്പിലെത്തി, ചെക്കന് ഒരു പേരും കിട്ടി.

അമ്മൂമ്മ അവന് പുതിയ മുണ്ടും ഷർട്ടും തോർത്തും സോപ്പും കൊടുത്ത് ഷിറിയപ്പുഴയിൽ കുളിക്കാനയച്ചു.

കുളികഴിഞ്ഞ് 'ഭരത് മൂസ' വന്നപ്പോൾ അപ്പൂപ്പൻ അവന്റെ മുടി മുറിച്ചു കൊടുത്തു.

അത്താഴം കഴിഞ്ഞ് അമ്മൂമ്മ മൂസയ്ക്കുറങ്ങാൻ ഉമ്മറത്ത് ഒരു ബെഞ്ചു കാണിച്ചു കൊടുത്തു.

അപ്പൂപ്പന് തിരിഞ്ഞു മറിഞ്ഞു കിടന്നിട്ടും രാത്രി ഉറക്കം വന്നില്ല. അമ്മൂമ്മയാണെങ്കിൽ നല്ല ഉറക്കം പിടിച്ചു കഴിഞ്ഞിരുന്നു. വയസ്സുകാലത്ത് തങ്ങൾക്കു തുണയാകാത്ത പത്തു മക്കളേക്കുറിച്ചും അപ്പൂപ്പൻ ഓർത്തു.

5

പിന്നെ എന്തോ തീരുമാനിച്ച് കട്ടിലിൽ നിന്നെണീറ്റു.

അപ്പൂപ്പൻ ഉമ്മറ വാതിൽ തുറന്നു. ചെക്കൻ ബെഞ്ചിൽ ചുരുണ്ടുകൂടി കിടപ്പുണ്ട്.

"ഭരത് മോനേ..." അപ്പൂപ്പൻ വിളിച്ചു.

"എന്താ അപ്പാപ്പാ?" വിളി കേട്ടുകൊണ്ട് അവൻ എഴുന്നേറ്റിരുന്നു.

ചെക്കന് ഒരു പൊൻപണം നീട്ടിക്കൊണ്ട് അപ്പൂപ്പൻ പറഞ്ഞു:

"ഇത് നിനക്കുള്ളതാ...

എനിക്ക് എന്റെ അച്ഛൻ തന്നതാ. ആൺമക്കളെല്ലാം നന്ദിയില്ലാത്തവരായി.

ഇനി നീയാ എന്റെ മകൻ."

"എനിക്കെന്തിനാ അപ്പാപ്പാ പൊൻപണം?

കിടക്കാൻ ഒരു ഇടം തന്നതു തന്നെ വലിയ കാര്യം!"

"നീ അതൊന്നും പറഞ്ഞാൽ പറ്റുകേല. നാളെ ഞാനെങ്ങാനും മരിച്ചു പോയാൽ ഇതിന് അവകാശികളില്ലാതെയാവും."

അപ്പൂപ്പൻ സ്വർണനാണയം അവന്റെ കൈയിൽ പിടിപ്പിച്ചു. എന്നിട്ട് ഒരു കൽപ്പനയും:

"ഇക്കാര്യം എന്റെ പെമ്പ്രന്നോര് അറിയരുത്. നമ്മൾ രണ്ടാളും അറിഞ്ഞാൽ മതി."

ഭരത്തിന് ഉറക്കം വന്നു തുടങ്ങിയതായിരുന്നു. പൊൻപണം കിട്ടിയതോടെ അവന്റെ ഉറക്കവും പോയി.

'ഉറക്കം കളയുന്ന സമ്പത്ത് എന്തിനാണ്?' അവൻ ആ പൊൻപണം നിലാവത്ത് മുറ്റത്തെ വരിക്ക പ്ലാവിന്റെ ചുവട്ടിൽ കുഴിച്ചിട്ടു.

പിറ്റേന്നു രാവിലെ ഭരത് മൂസ എഴുന്നേറ്റ് പ്ലാവിന്റെ ചുവട്ടിൽ മൂത്രമൊഴിക്കാൻ ചെന്നപ്പോഴല്ലേ രസം! രാത്രി കുഴിച്ചിട്ട പൊൻപണം മുളച്ച് ഒരു ചെടിയായിരിക്കുന്നു. അതിന്റെ ചുവട്ടിൽ ഒരു പൊൻപണവും കിടക്കുന്നു! ഭരത് മൂസ അതെടുത്ത് മുണ്ടിന്റെ കോന്തലയിൽ കെട്ടി വെച്ചു.

കുന്നു കയറി വരുന്ന ജീപ്പ്!

അപ്പൂപ്പനും അമ്മൂമ്മയ്ക്കും മൂസ വലിയ സഹായമായി. ഏതു ജോലിയും ഒരു മടിയും കൂടാതെ ചെയ്യും. ആവശ്യങ്ങൾ കണ്ടറിഞ്ഞ് സഹായിക്കും. സാധനങ്ങൾ വാങ്ങാൻ കടയിൽപ്പോകുന്നതും പാചകത്തിനു വേണ്ട വിറകു കൊണ്ടു വരുന്നതും എല്ലാം മൂസ തന്നെ!

പിറ്റേദിവസവും മൂസയ്ക്ക് പൊൻമരത്തിന്റെ ചുവട്ടിൽ നിന്ന് ഒരു പൊൻപണം കൂടി കിട്ടി. ഇപ്പോൾ രണ്ട് പൊൻപണമായിരിക്കുന്നു. അത് എന്തു ചെയ്യണമെന്നാലോചിച്ചപ്പോൾ മൂസയ്ക്ക് ഒരു സൂത്രം കിട്ടി.

അടുക്കളയിൽ അമ്മൂമ്മയ്ക്ക് ഒരു സമ്പാദ്യക്കുടുക്കയുണ്ട്. അവൻ ആരും കാണാതെ ആ പൊൻപണം രണ്ടും അതിനുള്ളിലേക്കിട്ടു.

എല്ലാ ദിവസവും രാവിലെ പൊൻ മരത്തിന്റെ ചുവട്ടിൽ നിന്ന് ഓരോ പൊൻപണം കിട്ടും. മൂസ അത് അമ്മൂമ്മയുടെ കുടുക്കയിലിടും. ഇപ്പോൾ കുടുക്ക നിറയാറായിരിക്കുന്നു. കുടുക്ക നിറഞ്ഞു കഴിഞ്ഞാൽ പിന്നെയെന്തു ചെയ്യുമെന്നാണ് ഇപ്പോൾ മൂസയുടെ ചിന്ത!

ഒരു ദിവസം ഉമ്മറത്തിരുന്ന് മൂസ അമ്മൂമ്മയുടെ കാല് കുഴമ്പിട്ടു തിരുമ്മിക്കൊടുക്കുകയാണ്. അപ്പോൾ അപ്പൂപ്പനുണ്ട് ഒരു വാക്കത്തിയുമെടുത്ത് പൊൻ മരത്തിനടുത്തേക്കു നീങ്ങുന്നു.

"അയ്യോ അപ്പൂപ്പാ ആ മരം മുറിക്കരുതേ." മൂസ കരഞ്ഞു പറഞ്ഞു.

"തേൻ വരിക്ക പ്ലാവിന്റെ ചുവട്ടിൽ എന്തിനാടാ വേറൊരു മരം? ഞാനിത് വെട്ടിക്കളയാൻ പോകുവാ." അപ്പൂപ്പൻ വിടുന്ന മട്ടില്ല.

ഒടുവിൽ മൂസയ്ക്ക് സത്യം പറയേണ്ടി വന്നു. മൂസ പറഞ്ഞ കഥ കേട്ട് അപ്പൂപ്പനും അമ്മൂമ്മയും വാ പൊളിച്ചു, കണ്ണ് മിഴിച്ചു!

അമ്പരപ്പ് വിട്ടുമാറിയപ്പോൾ അമ്മൂമ്മ ചോദിച്ചു:

"നിനക്ക് ഇതുവരെ കിട്ടിയ നാണയങ്ങളൊക്കെ എവിടെ?"

"അത് ഞാൻ അമ്മോമ്മയുടെ കുടുക്കയിൽ ഇട്ടു വെച്ചിട്ടുണ്ട്."

അമ്മൂമ്മ കുടുക്ക പൊട്ടിച്ചു നോക്കി. ശരിയാണ്, അതിലുണ്ട് ഇരുപത്തിരണ്ട് സ്വർണ നാണയങ്ങൾ! അവയെല്ലാം ഒന്നിനു മീതേ ഒന്നായി അടുക്കി വെച്ചിട്ട് അമ്മൂമ്മ മൂസയോടു ചോദിച്ചു:

"ഇതു കണ്ടിട്ട് നിനക്കെന്തു മനസ്സിലായി?"

"ഞാനിവിടെ വന്നിട്ട് ഇരുപത്തിരണ്ട് ദിവസം കഴിഞ്ഞെന്നു മനസ്സിലായി."

മൂസയുടെ മറുപടി കേട്ട് അപ്പൂപ്പനും അമ്മൂമ്മയും ചിരിച്ചു മറിഞ്ഞു.

അമ്മൂമ്മ അതേ ചോദ്യം അപ്പൂപ്പനോടും ചോദിച്ചു.

"നമ്മൾ വലിയ പണക്കാരായെന്ന് എനിക്ക് മനസ്സിലായി," എന്നായിരുന്നു അപ്പൂപ്പന്റെ മറുപടി.

പിറ്റേന്നു രാവിലെ പത്തു പൊൻ പണവുമെടുത്ത് മൂവരും ടൗണിലേക്കു പോയി. സ്വർണ വ്യാപാരി തൂക്കി നോക്കി. ഓരോ നാണയവും എട്ടു ഗ്രാം വീതമുണ്ട്. ഗ്രാമിന് അഞ്ചായിരം രൂപയുണ്ട് ഇപ്പോൾ വില. അപ്പൂപ്പൻ നാലു ലക്ഷം രൂപ കൈ നീട്ടി വാങ്ങി സഞ്ചിയിലിട്ടു. കടയുടെ പുറത്തിറങ്ങി അമ്മൂമ്മയോടൊരു ചോദ്യം:

"ഈ പണം കൊണ്ട് നമ്മൾ എന്തു ചെയ്യും?"

അമ്മൂമ്മ അതേ ചോദ്യം മൂസയോട് ചോദിച്ചു. മൂസ പറഞ്ഞു:

"നമുക്ക് ഒരു ജീപ്പു മേടിക്കാം അമ്മാമ്മേ. പാവയ്ക്ക കുന്ന് നടന്നു കയറാൻ അമ്മാമ്മയ്ക്ക് വല്ല്യ വെഷമമല്ല്യോ."

"എന്റെ മൂസ മോൻ പറഞ്ഞതാ അതിന്റെ ശരി." അമ്മൂമ്മ പറഞ്ഞു.

"എന്റെ ഭരത് മോൻ പറഞ്ഞതാണ് ശരി." അപ്പൂപ്പൻ പറഞ്ഞു.

പിന്നെ മൂന്നു പേരും ജീപ്പു വിൽക്കുന്ന കട അന്വേഷിച്ച് നടന്നു.

നാലു ലക്ഷത്തിന് ഉഗ്രനൊരു ജീപ്പു കിട്ടി. പക്ഷേ ഇത് ആര് പാവയ്ക്ക കുന്നിന്റെ മുകളിലെത്തിക്കും? കടയുടമ പറഞ്ഞു:

"ഞങ്ങളുടെ ഒരു ജോലിക്കാരൻ ജീപ്പ് നിങ്ങളുടെ വീട്ടിൽ എത്തിച്ചു തരും. പേടിക്കേണ്ട." അപ്പോഴതാ കടയിലെ ജോലിക്കാർ ചേർന്ന് ഒരു ബൈക്കു കൂടി ജീപ്പിനുള്ളിലേക്ക് കയറ്റുന്നു. പണ്ട് സോപ്പു വാങ്ങിയപ്പോൾ ചീപ്പ് ഫ്രീയായി കിട്ടിയ കാര്യമോർത്തുകൊണ്ട് അമ്മൂമ്മ ചോദിച്ചു:

"ഈ മോട്ടോർ സൈക്കിളെന്താ ജീപ്പിന്റെ കൂടെ ഫ്രീയാണോ?"

കടയുടമ പറഞ്ഞു:

"അല്ലമ്മച്ചീ, ജീപ്പ് നിങ്ങളുടെ വീട്ടിലെത്തിച്ചിട്ട് ഡ്രൈവർക്ക് തിരിച്ചു വരണ്ടേ. അതിനാ ഇത് കയറ്റുന്നത്."

ചമ്മൽ പുറത്തു കാണിക്കാതെ അമ്മൂമ്മ പറഞ്ഞു:

"മൂസേ നീ മുൻപിൽ കയറിക്കോ. വണ്ടി ഓടിക്കുന്നതൊക്കെ നോക്കി പഠിച്ചോണം. നാളെ മുതൽ ഇതിന്റെ ഡ്രൈവർ നീയാ."

"ശരി അമ്മാമ്മേ." എന്തും അനുസരിക്കുന്ന സ്വഭാവമാണല്ലോ മൂസയുടേത്.

അങ്ങനെ അന്ന് പാവയ്ക്കാക്കുന്നു കയറി ഒരു ജീപ്പ് അപ്പൂപ്പന്റെയും അമ്മൂമ്മയുടെയും വീടിനു മുന്നിൽ ആദ്യമായി വന്നു നിന്നു !

അമ്മൂമ്മ പൊട്ടിച്ച നുണ ബോംബ്!

മൂസയ്ക്ക് ഇപ്പോൾ ഒരു ജോലി കുറഞ്ഞു കിട്ടി. എന്നും രാവിലെ പൊൻപണം പെറുക്കാൻ അമ്മൂമ്മ തന്നെ പൊ യ്ക്കൊള്ളും. ചെറുപ്പം മുതലേ പൊന്നിനോടും പണത്തോടും വല്ലാത്ത ആർത്തിയുള്ള ആളാണ് അമ്മൂമ്മ. എന്നാൽ ആഗ്രഹിച്ചതൊക്കെ അനുഭവിക്കാൻ യോഗമുണ്ടായത് വയസ്സുകാലത്താണ്!

മൂസയ്ക്ക് ഇപ്പോൾ പുതിയൊരു ജോലിയുണ്ട്. ഡ്രൈവറുടെ ജോലി. വീട്ടുമുറ്റത്തു കൂടി ജീപ്പോടിച്ച് വട്ടം കറക്കുകയാണ് ഇപ്പോൾ അവന്റെ പ്രധാന വിനോദം. കുറേ കഴിഞ്ഞപ്പോൾ ആശാൻ കവല വരെ ഒന്നു പോയി വരാനുള്ള ധൈര്യം അവനുണ്ടായി. പക്ഷേ പുറത്തേക്കിറങ്ങിയപ്പോൾ കോളനിയിലെ പിള്ളേർ ചുറ്റും കൂടി.

മൂസയ്ക്ക് പേടിയായി. അവൻ തിരികെ വീട്ടിലേക്കു വന്നു. പിള്ളേരുണ്ടോ വിടുന്നു! അവരും പിറകേ വന്നു. പാവയ്ക്ക കുന്നിൽ ആദ്യമായൊരാൾ ജീപ്പ് വാങ്ങിയതു കാണാൻ നാട്ടുകാരിൽ ചിലരും പിള്ളേരുടെ പിറകേ വന്നു.

എല്ലാവർക്കും അറിയേണ്ടത് ഒരേ കാര്യം മാത്രമായിരുന്നു. 'എവിടന്നാണ് അപ്പൂപ്പനും അമ്മൂമ്മയ്ക്കും ഒരു ജീപ്പ് സ്വന്തമായി വാങ്ങാൻ മാത്രം പൈസ കിട്ടിയത്?'

അപ്പോഴാണ് അമ്മൂമ്മ ആ പെരുംനുണ പൊട്ടിക്കുന്നത്:

"നിങ്ങളാ ചെക്കനെ കണ്ടോ? ഇവനാണ് ഞങ്ങളുടെ മൂസമോൻ. ഇവനാളൊരു കോടീശ്വരനാ. ഇവനിനി ജീവിതകാലം മുഴുവൻ ഞങ്ങളുടെ കൂടെയാ താമസിക്കാൻ പോവുന്നത്. ഇവന്റെ പൈസക്കാ ജീപ്പ് വാങ്ങിയത്. ഉടനേ തന്നെ ഇവന്റെ പൈസ കൊണ്ട് വലിയൊരു

വീട്ടും ഞങ്ങൾ കെട്ടും."

"അപ്പോൾ മൂസയ്ക്ക് അച്ഛനും അമ്മയും ഒന്നും ഇല്ലേ അമ്മച്ചീ?"

"ഉണ്ടായിരുന്നു. കോടീശ്വരന്മാരായ അവർ വിമാനം താഴെ വീണ് മരിച്ചു പോയി. ഇവന് വേറെ ബന്ധുക്കളൊരുമില്ല. ഞങ്ങൾ മാത്രമേയുള്ളൂ. ഇവനും ഞങ്ങളുടെ കൂടെ കഴിയാനാ ഇഷ്ടം."

അമ്മൂമ്മ പറഞ്ഞതു കേട്ട് ഞെട്ടിയത് നാട്ടുകാർ മാത്രമല്ല, അപ്പൂപ്പനും മൂസയും കൂടിയായിരുന്നു.

അപ്പൂപ്പനും അമ്മൂമ്മയ്ക്കും ലഭിച്ച സൗഭാഗ്യത്തെക്കുറിച്ച് കേട്ട കഥ നാട്ടുകാർ വെള്ളം തൊടാതെ വിഴുങ്ങി! അവരെല്ലാം പിരിഞ്ഞു പോയിക്കഴിഞ്ഞപ്പോൾ അപ്പൂപ്പൻ പറഞ്ഞു:

"അല്ലെങ്കിലും നുണ പറഞ്ഞു ഫലിപ്പിക്കാൻ ഇവളേക്കഴിഞ്ഞിട്ടേ ഈ നാട്ടിലാരെങ്കിലുമുള്ളൂ. ഓരോ ദിവസവും പുതിയ എന്തു നുണ ഉണ്ടാക്കണമെന്ന് ആലോചിച്ചോണ്ടാ ഇവളുടെ ജീവിതം തന്നെ! അതു കേൾക്കാൻ എനിക്കും വലിയ ഇഷ്ടമാ. അതൊക്കെ എഴുതി വെച്ചിരുന്നെങ്കിൽ ഇപ്പോൾ വലിയൊരു പുസ്തകമായേനേ!"

മൂസയുടെ മനസ്സിൽ അപ്പോൾ പണിയാൻ പോകുന്ന വലിയൊരു വീടിനേക്കുറിച്ചുള്ള സ്വപ്നങ്ങളായിരുന്നു!

അങ്ങനെ മൂസയും സ്മാർട്ടായി!

അപ്പൂപ്പനും അമ്മൂമ്മയും മൂസയും വീണ്ടും കുന്നിറങ്ങി. ഇത്തവണ ജീപ്പിലായിരുന്നെന്നു മാത്രം. ഇരുപതു സ്വർണനാണയങ്ങൾ കൂടി വിറ്റ് പണമാക്കി കൈയിൽ വെച്ചു.

വീടിന്റെ പ്ലാനുണ്ടാക്കാൻ ഒരു എഞ്ചിനീയറെ കണ്ടു. എന്തൊക്കെ സൗകര്യങ്ങൾ വേണമെന്ന് എഞ്ചിനീയർ ചോദിച്ചപ്പോൾ അപ്പൂപ്പൻ പറഞ്ഞു:

"വലിയൊരു ഹാൾ, ഒരു ഭക്ഷണ മുറി, ഒരു അടുക്കള, എനിക്കും ഭാര്യക്കും കൂടി ഒരു കിടപ്പുമുറി, ഭരത് മോന് ഒരു കിടപ്പുമുറി; ഇത്രയുമുള്ള ഒറ്റ നിലയുള്ള ചെറിയൊരു വീടു മതി."

അപ്പോൾ അമ്മൂമ്മ പറഞ്ഞു:

"അതു പോരാ. എന്റെ പത്തു മക്കൾക്കും താമസിക്കാൻ ബാത്ത്റൂമുള്ള പത്തുമുറികൾ വേറെ വേണം. വീട് രണ്ടുനില തന്നെ ആയിക്കോട്ടെ."

എന്തോ പറയാൻ വന്ന അപ്പൂപ്പനെ പറയാൻ സമ്മതിക്കാതെ മൂസ ഇടയിൽ കയറി പറഞ്ഞു:

"രണ്ടുനില വീട് ഇപ്പോൾ എല്ലാവർക്കുമുണ്ട്. നമ്മുടേത് മൂന്നുനില ആയിക്കോട്ടെ."

മൂവരുടെയും അഭിപ്രായം കേട്ട എഞ്ചിനീയർ പറഞ്ഞു:

"നിങ്ങൾ പറഞ്ഞതുപോലെ പ്ലാനൊക്കെ ഞാൻ വരച്ചു തരാം. പക്ഷെ ചെലവ് ഒരു കോടിയെങ്കിലുമാവും."

"അതൊന്നും ഞങ്ങൾക്കൊരു പ്രശ്നമല്ല സാറേ." അമ്മൂമ്മ ആത്മ

വിശ്വാസത്തോടെ പറഞ്ഞു.

വീട്കെട്ടാൻവേണ്ടകല്ലിനുംമെറ്റലിനുംമണലിനുമൊക്കെഓർഡർ കൊടുത്തിട്ടാണ്അന്ന്അവർപട്ടണത്തിൽനിന്നുംമടങ്ങിയത്. പണി യെടുക്കാൻ മേസ്തിരിമാരെയും ഏർപ്പാടാക്കി. തുണിക്കടയിൽ കയറി മൂന്നുപേർക്കും പുതിയ വസ്ത്രങ്ങൾ വാങ്ങി. ഹോട്ടലിൽ കയറി ബിരിയാണി തട്ടാനും മറന്നില്ല. അപ്പൂപ്പന് മട്ടൻ ബിരിയാണി, അമ്മൂമ്മയ്ക്ക് ചിക്കൻ ബിരിയാണി, പാവം മൂസ മാത്രം കഞ്ഞിയാണ് കുടിച്ചത്!

വീടുപണി പൂർത്തിയായി വരികയാണ്. പണം തീരുമ്പോൾ മൂസ പത്തോ ഇരുപതോ സ്വർണനാണയങ്ങളെടുത്ത് ജീപ്പിൽ ടൗണിലേക്കു പോയി ആവശ്യമുള്ള സാധനങ്ങളും വാങ്ങി മടങ്ങി വരും. അപ്പൂപ്പനും അമ്മൂമ്മയും ജോലികളൊക്കെ നോക്കി നടത്തും.

വീടിന്റെ പാലുകാച്ചലിന് ആരെയൊക്കെ ക്ഷണിക്കണമെന്ന ചർച്ചയ്ക്ക് തുടക്കമിട്ടത് അമ്മൂമ്മയാണ്.

"നമ്മുടെ മക്കളെയൊക്കെ വിളിക്കണ്ടേ?"

അപ്പൂപ്പൻ പ്രഖ്യാപിച്ചു:

"നന്ദിയില്ലാത്ത ഒന്നിനെയും ഇവിടേക്ക് ക്ഷണിക്കുന്നില്ല. പാലു കാച്ചലും ആഘോഷവും ഒന്നും നടത്തുന്നില്ല. നമ്മൾ മൂന്നു പേരും കൂടി അങ്ങു കാച്ചിക്കുടിക്കും. അത്ര തന്നെ."

"നീ കേട്ടോടാ ഈ ദുഷ്ടൻ പറയുന്നത്?" അമ്മൂമ്മ മൂസയെ വിളിച്ചു. എന്നാൽ മൂസയുടെ ഭാഗത്തു നിന്ന് മറുപടിയൊന്നും ഉണ്ടായില്ല. ചെന്നു നോക്കുമ്പോൾ മൂസ ഉമ്മറപ്പടിയിൽ കുത്തിയിരുന്ന് തനിയെ ചിരിക്കുകയാണ്.

അമ്മൂമ്മയ്ക്ക് ദേഷ്യം വന്നു.

"എന്തു കണ്ടിട്ടാടാ നീയിങ്ങനെ തനിയെ ചിരിക്കുന്നത്? നിന്റെ കൈയിലെന്താ ഒരു കുന്ത്രാണ്ടം?"

കൈയിലിരുന്ന സാധനം മൂസ അമ്മൂമ്മയെ കാണിച്ചു.

"ഇതാണമ്മാമ്മേ സ്മാർട് ഫോൺ. ഫോർജീയാ. ഇന്ന് ഞാൻ ടൗണിൽ പോയപ്പോൾ വാങ്ങിയതാ. എത്ര ദൂരെയുള്ള ആളെയും നേ രിൽ കണ്ടു കൊണ്ട് സംസാരിക്കാം. ഈ ടിക്ടോക്കിൽ ഭയങ്കര തമാ ശകളാ. അതു കണ്ടിട്ടാ ഞാൻ ചിരിച്ചത്."

അമ്മൂമ്മയ്ക്ക് ഒന്നും പിടികിട്ടിയില്ല. അപ്പോൾ അപ്പൂപ്പൻ പറഞ്ഞു:

"നീയാ കാലനെ ഒന്നു വിളിച്ചു തരുമോ?"

"കാലന്റെ നമ്പർ അറിയുമോ?"

"അതൊന്നും എനിക്ക് അറിയാൻ വയ്യ."

ദേഷ്യം കയറിയ അമ്മൂമ്മ ചോദിച്ചു:

"കാലനെ വിളിച്ചിട്ട് നിങ്ങക്കിപ്പം എന്നാത്തിനാ?"

"എനിക്കിനി എത്ര വർഷം കൂടി ആയുസ്സുണ്ടെന്ന് അറിയാനാടീ."

"അയാൾ ചെലപ്പോൾ നമ്മുടെ കാര്യം മറന്നിരിക്കുകയാണെങ്കിലോ? നിങ്ങൾ വെറുതെ വിളിച്ച് ഓർമ്മിപ്പിക്കേണ്ട."

കാലൻ ഏതോ വലിയ പുള്ളിയാണെന്ന് മൂസ്സയ്ക്ക് മനസ്സിലായി. എന്തായാലും അയാളെ ഒന്നു കണ്ടു കളയാം. സ്മാർട് ഫോണല്ലേ കയ്യിലിരിക്കുന്നത്? അവൻ ഗൂഗിളിൽ K A L A N എന്നടിച്ച് ചിത്രങ്ങൾ സെർച്ച് ചെയ്തു. അതാ ശരവണ ഹോട്ടലിൽ ഇലയൂണിനൊപ്പം കിട്ടാറുള്ള ഒരു കറിയുടെ ധാരാളം ചിത്രങ്ങൾ തെളിഞ്ഞു വരുന്നു!

അപവാദങ്ങൾ പിറക്കുന്ന വിധം!

ഗൃഹപ്രവേശ ചടങ്ങിനെ സംബന്ധിച്ച് അപ്പൂപ്പനും അമ്മൂമ്മയും തമ്മിൽ നിലനിൽക്കുന്ന തർക്കത്തിൽ ഇടപെടണമെന്ന് മൂസയ്ക്കു തോന്നി. അവൻ പറഞ്ഞു:

"അപ്പാപ്പാ, ബന്ധുക്കളെ വിളിക്കുന്നതും വിളിക്കാത്തതുമൊക്കെ നിങ്ങളുടെ ഇഷ്ടം. പക്ഷേ, ഈ പാവയ്ക്കാ കുന്നിലെ പാവങ്ങൾക്ക് നമ്മൾ ഒരു സദ്യ കൊടുക്കുന്നതിൽ എന്താ തെറ്റ്?"

അപ്പൂപ്പൻ അത് സമ്മതിച്ചു. അമ്മൂമ്മയും മറുത്തൊന്നും പറഞ്ഞില്ല. എല്ലാവരെയും ക്ഷണിക്കുന്ന ജോലി അവർ മൂസയെത്തന്നെ ഏൽപ്പിച്ചു. മൂസ ഓരോ വീട്ടിലും പോയി ക്ഷണിക്കുക മാത്രമല്ല ചെയ്തത്, വലിയ കഷ്ടപ്പാടുള്ള വീടുകളിലൊക്കെ രണ്ടായിരത്തിന്റെ ഒരു നോട്ടു കൂടി നൽകി.

വീടു പണിക്കൊപ്പം മറ്റു ചില ചെറിയ പണികളും പുരോഗമിക്കുന്നുണ്ടായിരുന്നു. അപ്പൂപ്പന്റെ അരയേക്കർ സ്ഥലത്തിനു ചുറ്റും വെട്ടുകല്ലു കൊണ്ട് ചുറ്റുമതിൽ കെട്ടി, മുന്നിൽ വലിയൊരു ഗേറ്റും സ്ഥാപിച്ചു, സ്വർണമരത്തിനു ചുറ്റും ഒരു തറ കെട്ടി. അമ്മൂമ്മ അവിടെ സന്ധ്യക്ക് വിളക്കു വെക്കാനും തുടങ്ങി. ആ മരമാണല്ലോ ഈ ഐശ്വര്യങ്ങൾക്കെല്ലാം കാരണം!

താഴത്തെ നിലയുടെ പണി ഏതാണ്ട് പൂർത്തിയായിരുന്നു. അപ്പൂപ്പനും അമ്മൂമ്മയും അവരുടെ പുതിയ മുറിയിലേക്കു താമസം മാറി. പഴയ വീട് പൊളിച്ചു കളഞ്ഞ് അവിടം നിരപ്പാക്കി. പൊളിക്കുന്നതിനു മുമ്പ് അതിന്റെ ഒരു ഫോട്ടോ തന്റെ മൊബൈലിൽ എടുത്തു വെക്കാൻ മൂസ മറന്നില്ല.

വീടിനു പെയിന്റടിക്കാൻ വന്നവരെക്കൊണ്ട് അപ്പൂപ്പൻ ജീപ്പിനു മുന്നിൽ 'ഭരത് മൂസ' എന്ന് വലിയ അക്ഷരത്തിൽ എഴുതി വെപ്പിച്ചു. താഴെ ചെറിയ അക്ഷരത്തിൽ അവന്റെ മൊബൈൽ നമ്പറും.

വീടുപണി അവസാന ഘട്ടത്തിലേക്കെത്തി. വീട്ടുപകരണങ്ങളൊക്കെ മൂസ ടൗണിൽ നിന്ന് വാങ്ങിക്കൊണ്ടു വന്നു. പത്ത് വലിയ കട്ടിലുകൾ, മൂന്ന് ചെറിയ കട്ടിൽ, അവയ്ക്കെല്ലാം മെത്ത, വിരികൾ, തലയിണകൾ, രണ്ട് ഫ്രിഡ്ജ്, മിക്സി, ഗ്രൈൻഡർ, ഉഗ്രനൊരു ഡൈനിങ്ങ് ടേബിൾ, കസേരകൾ, എല്ലാ മുറിയിലും എഴുത്തു മേശ, അലമാരകൾ, ഹാളിലേക്ക് രണ്ട് സോഫാ സെറ്റുകൾ.......! ഗേറ്റിലും സിറ്റൗട്ടിലും ഹാളിലും വീടിന്റെ നാലു വശത്തും സ്റ്റെയർ കേസുകളിലും സി സി ടി വി പിടിപ്പിക്കാനും മൂസ മറന്നില്ല. വീടിന്റെ ഏറ്റവും മുകളിൽ കറങ്ങുന്ന ഒരു സി സി ടി വി ക്യാമറയും ഫിറ്റ് ചെയ്തു. എല്ലാ ക്യാമറകളും മൂസയുടെ ഫോണിലേക്ക് കണക്റ്റ് ചെയ്തു.

വൈകിട്ട് പണിക്കാർക്ക് കൂലി കൊടുത്തു കഴിഞ്ഞാണ് മൂസ ആ സത്യം മനസ്സിലാക്കിയത്!

കൈവശം ഇനി കാര്യമായി പണമൊന്നും ബാക്കിയില്ല. നാളെ കുറച്ചു സ്വർണനാണയങ്ങൾ കൂടി വിറ്റെങ്കിൽ മാത്രമേ വീടിന്റെ അവസാന മിനുക്കു പണികൾ നടത്താൻ കഴിയുകയുള്ളൂ.

അതിരാവിലെ ആറു മണിക്കു തന്നെ മൂസ ഷിറിയപ്പുഴയിൽ പോയി ഒരു കുളി പാസാക്കി. പട്ടണത്തിലേക്കു പോകാനുള്ള തയ്യാറെടുപ്പാണ്. തിരികെ വന്നപ്പോൾ കട്ടൻ ചായയുമായി കാത്തു നിൽക്കുമെന്നു കരുതിയ അമ്മൂമ്മ തലയ്ക്കു കൈ കൊടുത്ത് സിറ്റൗട്ടിൽ കുത്തിയിരിക്കുകയാണ്.

"അമ്മാമ്മേ, ഉള്ള നാണയങ്ങളെല്ലാം പൊതിഞ്ഞെടുക്ക്. കൈയിലുള്ള പണമൊക്കെ തീർന്നിരിക്കുന്നു."

"ഴഴഴഴ ഴഴഴ ഴഴഴ"

അമ്മൂമ്മ പറഞ്ഞതെന്തെന്ന് മൂസയ്ക്ക് മനസ്സിലായില്ല.

"എന്താ അമ്മാമ്മേ എന്തു പറ്റി?"

"ഴെന്റെ ആലേ ഴാവു ഴല്ലാ ഴരിച്ചിരിക്കയാടാ, ഴടത്തേ കൈയു ഴനക്കാ പറ്റണല്ല."

അമ്മൂമ്മയ്ക്ക് എന്തോ പറ്റിയെന്ന് മൂസയ്ക്ക് മനസ്സിലായി. മൂസ അമ്മൂമ്മയെ പിടിച്ചെഴുന്നേൽപ്പിക്കാൻ നോക്കി. അമ്മൂമ്മയ്ക്ക് എണീറ്റു നിൽക്കാനും പറ്റുന്നില്ല.

"അപ്പാപ്പാ... അപ്പാപ്പാ..." മൂസ ഉറക്കെ വിളിച്ചു.

"എന്തിനാടാ കെടന്ന് തൊള്ള തുറക്കുന്നത്? ആരേലും ചത്തോ? ഞാനിവിടെ ബാത്ത് റൂമിലാ." അപ്പൂപ്പന്റെ ശകാരം മൂസ കേട്ടു.

മൂസ കഷ്ടപ്പെട്ട് രണ്ട് കൈ കൊണ്ടും അമ്മൂമ്മയെ കോരിയെടുത്ത് ജീപ്പിൽ കൊണ്ടെ കിടത്തി. പിന്നെ ജീപ്പെടുത്ത് ആസ്പത്രിയിലേക്ക് ഒരു മരണപ്പാച്ചിലായിരുന്നു.

കുളി കഴിഞ്ഞു വന്ന അപ്പൂപ്പൻ കണ്ടത് അമ്മൂമ്മയെ കോരിയെടുത്ത് ജീപ്പിൽ കിടത്തി ജീപ്പ് പായിച്ചു പോവുന്ന മൂസയേയാണ്. അപ്പൂപ്പന് ഒന്നും പിടികിട്ടിയില്ല.

മൂസയുടെ മരണപ്പാച്ചില് കണ്ട ചിലർ അപ്പൂപ്പന്റെ വീട്ടിലേക്ക് വിവരം തിരക്കാൻ വന്നു.

"എനിക്കൊന്നും അറിയാൻ മേലേ."

അപ്പൂപ്പൻ പറഞ്ഞു.

"അമ്മൂമ്മ എന്തിയേ?" അവരിലൊരുത്തൻ ചോദിച്ചു.

"അവളെ അവൻ കൊണ്ടുപോയെടാ." അപ്പൂപ്പൻ പറഞ്ഞു.

"അവന് തട്ടിക്കൊണ്ടു പോവാൻ ഈ തള്ളയേയേ കിട്ടിയൊള്ളോ?"

"ചെക്കൻ ആള് വെളവനാണല്ലോ!"

നാട്ടുകാരുടെ അഭിപ്രായങ്ങൾ കേൾക്കാനാവാതെ അപ്പൂപ്പൻ ചെവി പൊത്തി.

ഇരുപതു വയസു തികയാത്ത ഒരു ചെക്കൻ എഴുപതു കഴിഞ്ഞ ഒരമ്മാമ്മയെ തട്ടിക്കൊണ്ടു പോയി എന്ന വാർത്ത നാട്ടിലെങ്ങും കാട്ടുതീ പോലെ പടർന്നു!

തലയ്ക്കകത്തെ ചിത്രങ്ങൾ !

ഇറക്കം ഇറങ്ങുമ്പോഴും ആക്സിലേറ്ററിൽ ചവിട്ടിയാണ് മൂസ വണ്ടി വിടുന്നത്. പിന്നിൽ കിടന്ന് അമ്മൂമ്മ എന്തൊക്കെയോ പറയാൻ ശ്രമിക്കുന്നുണ്ട്. എന്നാൽ ഒന്നും വ്യക്തമാവുന്നില്ല.

ആശാൻ കവല കഴിഞ്ഞ് നല്ല റോഡിലേക്കെത്തിയപ്പോൾ അമ്മൂമ്മ എഴുന്നേറ്റിരുന്നു. ഇപ്പോൾ പറയുന്നത് കുറേശ്ശേ മനസ്സിലാവുമെന്നായി.

"മൂസേ, എന്നെ നീ എവിടേയ്ക്കാടാ കൊണ്ടു പോവുന്നത്?"

"ആശുപത്രിയിലേക്കാ അമ്മാമ്മേ."

"ആശുപത്രിയിലൊന്നും പോവണ്ട. എനിക്കിപ്പോ കുഴപ്പമൊന്നുമില്ല."

"അമ്മാമ്മയ്ക്ക് എന്താ പറ്റിയത്?"

"എന്റെ ഒരു വശം മുഴുവനങ്ങു മരവിച്ചു പോയെടാ. നാവു പോലും മരവിച്ചു. നിൽക്കാനോ നടക്കാനോ പറ്റാതായി. ഇപ്പോ എല്ലാം മാറി. നീ വണ്ടി തിരിക്ക്, എന്റെ കെട്ടിയോൻ അവിടിരുന്നു പേടിക്കത്തില്ലയോ?"

"എന്തായാലും നമ്മൾ ഇത്രേം വന്നില്ലേ അമ്മാമ്മേ, ഇനിയെന്തായാലും ഡോക്ടറെ കണ്ടിട്ട് തിരികെ പോയാൽ മതി. ഇനിയും ഇതുപോലെ സംഭവിച്ചു കൂടെന്നില്ലല്ലോ."

കയ്യിൽ പൈസ കുറവായതിനാൽ സർക്കാർ ആശുപത്രിയിലേക്കാണ് മൂസ പോയത്. രണ്ടു രൂപയുടെ ടോക്കണെടുത്ത് ഡോക്ടറെക്കണ്ട് കാര്യങ്ങളൊക്കെ പറഞ്ഞു. ഡോക്ടർ അമ്മൂമ്മയെ

പരിശോധിച്ചു. ഷുഗറും ബി പി യും ചെക്ക് ചെയ്തു. ഒരു കുഴപ്പവുമില്ല. അൽപ്പം ആലോചിച്ച ശേഷം ഡോക്ടർ പറഞ്ഞു:

"തല ഒന്നു സ്കാൻ ചെയ്യണം."

ഒരു നഴ്സ് അമ്മൂമ്മയെ കൂട്ടിക്കൊണ്ടു പോയി. പിന്നാലേ പോവാനൊരുങ്ങിയ മൂസയോട് ഡോക്ടർ പറഞ്ഞു:

"നീയവിടിരി, ചിലതു പറയാനുണ്ട്."

മൂസ അൽപ്പം ഭയത്തോടെ ഡോക്ടർക്ക് കാതോർത്തു.

"അമ്മൂമ്മയ്ക്ക് ഒരു മൈനർ സ്ട്രോക്കു വന്നതാണ്. ഭാഗ്യത്തിന് കുഴപ്പമൊന്നും ഉണ്ടായില്ല. ഈ അസുഖം വന്നാൽ ചിലപ്പോൾ ശരീരത്തിന്റെ ഒരു വശം മുഴുവൻ തളർന്ന് കിടപ്പിലായേക്കാം."

മൂസ കണ്ണു മിഴിച്ചിരുന്നു. ഡോക്ടർ തുടർന്നു:

"തലച്ചോറിലുള്ള ചെറിയ കുഴലുകളിലൊന്നിന് ചെറിയ ലീക്കുണ്ടായാൽ ഇങ്ങനെ സംഭവിക്കാം. അത് നോക്കാനാണ് സ്കാൻ ചെയ്യണമെന്നു പറഞ്ഞത്. നീ പുറത്തിരുന്നോളൂ. സ്കാനിങ്ങ് റിപ്പോർട്ട് കിട്ടിയാലുടൻ ഞാൻ എന്തു വേണമെന്നു പറയാം."

മൂസ പുറത്തെ കസേരകളിലൊന്നിൽ തളർന്നിരുന്നു. ദിവസങ്ങളോളം പട്ടിണി കിടക്കേണ്ടി വന്നിട്ടും ദൈവത്തെ വിളിച്ചിട്ടില്ലാത്ത മൂസ അന്നാദ്യമായി ദൈവത്തോട് അമ്മൂമ്മയ്ക്കു വേണ്ടി പ്രാർത്ഥിച്ചു.

അൽപ്പം കഴിഞ്ഞപ്പോൾ അമ്മൂമ്മ വന്നു.

"നീ പേടിക്കേണ്ടെടാ, എനിക്കൊരു കുഴപ്പവുമില്ല."

മൂസ അമ്മൂമ്മയേ നോക്കി പുഞ്ചിരിച്ചു.

സ്കാനിങ്ങ് റിപ്പോർട്ട് കിട്ടാൻ പിന്നെയും അരമണിക്കൂർ കാത്തിരിക്കേണ്ടി വന്നു. റിപ്പോർട്ടും ഫിലിമും പരിശോധിച്ചിട്ട് ഡോക്ടർ പറഞ്ഞു:

"ഇതിൽ കുഴപ്പമൊന്നും കാണുന്നില്ല. എല്ലാം നോർമലാണ്. എങ്കിലും ഒരു നല്ല ന്യൂറോളജിസ്റ്റിനെ കാണിക്കുന്നത് നല്ലതാണ്. തിരക്കൊന്നുമില്ല. ഇപ്പോൾ ഞാൻ ചില മരുന്നുകൾ കുറിച്ചു തരാം. മുടങ്ങാതെ അതു കഴിക്കണം."

മടങ്ങുമ്പോൾ അമ്മൂമ്മ മൂസ യോട് ചോദിച്ചു:

"എന്നതാടാ ആ കറുത്ത പ്ലാസ്റ്റിക് കടലാസിൽ ഒള്ളത്?"

"അത് അമ്മാമ്മേ, അമ്മാമ്മയുടെ തലയ്ക്കുള്ളിൽ എന്തൊക്കെയാണ് ഉള്ളത് എന്നുള്ളതിന്റെ ചിത്രങ്ങളാ!"

അമ്മൂമ്മ ആവേശത്തോടെ കവർ തുറന്ന് ഫിലിം എടുത്ത് പരിശോധിച്ചു. തലയ്ക്കുള്ളിൽ ഉള്ളതിന്റെ ഇരുപത് ചിത്രങ്ങൾ കണ്ട് മുഖത്ത് ഒരു പുഞ്ചിരി വിടർന്നു.

"എന്റെ കെട്ടിയോൻ ഇടയ്ക്കിടയ്ക്ക് 'നിന്റെ തലയ്ക്കകത്ത് ഒന്നുമില്ല' എന്നു പറഞ്ഞ് കളിയാക്കാറുണ്ട്. ഇന്ന് ഇത് അതിയാന് കാണിച്ചു കൊടുക്കണം!"

മെട്രോ ഹോട്ടലിനടുത്തെത്തിയപ്പോൾ അമ്മൂമ്മ പറഞ്ഞു:

"വിശക്കുന്നെടാ, എന്തെങ്കിലും കഴിച്ചിട്ട് പോവാം."

അമ്മൂമ്മ വയറു നിറയെ പത്തിരിയും ചിക്കൻ കറിയും തട്ടി. മൂസ തിന്നത് പുട്ടും കടലയുമാണ്. അപ്പൂപ്പനു വേണ്ടി നാലു പത്തിരിയും മട്ടൻ കറിയും പാഴ്സൽ വാങ്ങാനും അവർ മറന്നില്ല!

മൂസയും അമ്മൂമ്മയും പോയതിൽപ്പിന്നെ അപ്പൂപ്പൻ ഉമ്മറപ്പടിയിൽ ഒറ്റയിരിപ്പായിരുന്നു. ദൂരെ നിന്നു വരുന്ന ജീപ്പിന്റെ ശബ്ദം കേട്ടപ്പോഴാണ് അപ്പൂപ്പന് ശ്വാസം നേരേ വീണത്. അമ്മൂമ്മ വന്നിറങ്ങിയ ഉടനേ അപ്പൂപ്പൻ എഴുന്നേറ്റു നിന്നു തൊള്ള തുറന്നു.

"എവിടെപ്പോയതാടീ രണ്ടും കൂടെ എന്നോടു പറയാതെ?"

മൂസ അപ്പൂപ്പനോട് കാര്യങ്ങളൊക്കെ പറഞ്ഞ് സമാധാനിപ്പിച്ചു. അപ്പോൾ അപ്പൂപ്പന്റെ ദേഷ്യം മുഴുവനും നാട്ടുകാരോടായി.

"ഇവിടത്തെ വിവരദോഷികളൊക്കെ പറഞ്ഞു പരത്തുന്നത് നീ എന്റെ കെട്ട്യോളേ തട്ടിക്കൊണ്ടു പോയെന്നാടാ! ഒരുത്തനെയും വിളിക്കണ്ട നമ്മുടെ പാലുകാച്ചലിന്."

"അതിന് അപ്പാപ്പാ, ഞാൻ എല്ലാവരെയും ഇന്നലെത്തന്നെ ക്ഷണിച്ചു കഴിഞ്ഞല്ലോ. ഇനി എന്താ ചെയ്യ്ക?"

അമ്മൂമ്മയ്ക്കും ദേഷ്യം വരുന്നുണ്ടായിരുന്നു.

"ഏതവനാ അതു പറഞ്ഞത്? ആ വൃത്തികെട്ടവന്റെ പരിപ്പ് ഞാനെടുക്കും!"

മൂസ പൊട്ടിച്ചിരിച്ചു കൊണ്ടു പറഞ്ഞു:

"കടിച്ചാൽ പൊട്ടാത്ത നുണ പറഞ്ഞ് അമ്മാമ്മ എല്ലാവരെയും പറ്റിക്കുന്നതല്ലിയോ? ഇത്തവണ അവർ അമ്മാമ്മയെക്കുറിച്ചൊരു നുണ പറഞ്ഞെന്നു കരുതിയാൽ മതി!"

അത്ഭുത വൃക്ഷം!

ഒടുവിൽ കാത്തിരുന്ന ആ ദിവസം വന്നെത്തി. അപ്പൂപ്പന്റെയും അമ്മൂമ്മയുടെയും വീടിന്റെ ഗൃഹപ്രവേശം.

ഇന്ന് ഇത് ഒരു ചടങ്ങു മാത്രമാണ്. കാരണം, മൂന്നാഴ്ച മുമ്പു തന്നെ പുത്തൻ കലത്തിൽ പാലു കാച്ചിക്കുടിച്ച് അവർ പുതിയ വീട്ടിലേക്ക് താമസം മാറിയിരുന്നു.

അപ്പൂപ്പനും അമ്മൂമ്മയും ബിരിയാണി പ്രിയരായതു കൊണ്ട്, ബിരിയാണിക്കാണ് മൂസ ഓർഡർ നൽകിയത്. അഞ്ഞൂറു പേർക്കുള്ള ചിക്കൻ ബിരിയാണിയും മുന്നൂറു പേർക്കുള്ള മട്ടൻ ബിരിയാണിയും ഇരുന്നൂറു പേർക്കുള്ള വെജിറ്റബിൾ ബിരിയാണിയും വിളമ്പാൻ മൂസ കാറ്ററിങ്ങുകാരെ ഏൽപ്പിച്ചിരുന്നു.

പതിനൊന്നു മണി മുതൽ അതിഥികൾ വന്നു തുടങ്ങി. അപ്പൂപ്പനും അമ്മൂമ്മയും പുതിയ വസ്ത്രങ്ങളൊക്കെ ധരിച്ച് അതിഥികളെ സ്വീകരിക്കാൻ ചുറുചുറുക്കോടെ ഓടി നടന്നു. ഗ്രാമം മുഴുവൻ കുടുംബ സമേതം എത്തിയിരുന്നു. ബിരിയാണിയും പായസവുമൊക്കെ ആസ്വദിച്ച് കഴിച്ച് നല്ല വാക്കുകൾ പറഞ്ഞ് അവർ മടങ്ങിപ്പോയി.

ക്ഷണിക്കാത്ത ഒരു അതിഥിയും ഗൃഹ പ്രവേശത്തിനെത്തി. വാർഡ് മെമ്പർ പ്രകാശനായിരുന്നു അത്.

പാവയ്ക്കാക്കുന്നു വാർഡിലെ മെമ്പറാണെങ്കിലും താമസം ആശാൻ കവലയിലാണ്. സ്വന്തം കാറിൽ നാലഞ്ച് അനുയായികൾക്കൊപ്പമാണ് അയാൾ വന്നത്. വലിയൊരു എൽ ഇ ഡി ടി.വി. സമ്മാനമായും അയാൾ കൊണ്ടു വന്നിരുന്നു. വന്നപാടെ അയാൾ പല്ലുകളെല്ലാം കാട്ടി ചിരിച്ച് അപ്പൂപ്പനെ പോയി കെട്ടിപ്പി

ടിച്ചു. അപ്പൂപ്പനെയും അമ്മൂമ്മയെയും അരുകിൽ പിടിച്ചു നിർത്തി അനു യായികളെക്കൊണ്ട് ഫോട്ടോ എടുപ്പിച്ചു.

'ടി വി വാങ്ങുന്ന കാര്യം ഓർമ്മിക്കാതിരുന്നത് ഏതായാലും ന ന്നായി.' മൂസ മനസ്സിൽ പറഞ്ഞു.

മൂന്നു മണിയായപ്പോഴേക്ക് അതിഥികളൊക്കെ പിരിഞ്ഞു പോയി. വീട്ടുകാരും വിളമ്പുകാരുമൊക്കെ കഴിച്ചു കഴിഞ്ഞിട്ടും കുറേയേറെ ഭക്ഷണം ബാക്കിയായി. മൂസ അതെല്ലാം ജീപ്പിൽ കയറ്റി ഉപ്പളയി ലുള്ള അഗതി മന്ദിരത്തിൽ കൊണ്ടുപോയി കൊടുത്തു.

ഷിറിയപ്പുഴയിൽ കുളിയും കഴിഞ്ഞ് മൂസ സമാധാനത്തോടെ വീട്ടിലെത്തി. അത്താഴം കഴിഞ്ഞ് നിലാവിൽ കുളിച്ച മുറ്റത്തു കൂടി മൂസ നടന്നു. ഇന്ന് 'ഗുരുപൂർണിമ' യാണെന്ന് മൂസ മൊബൈലിലെ കലണ്ടറിൽ നിന്നറിഞ്ഞിരുന്നു. സ്വർണ മരത്തിന്റെ ചില്ലകൾ ഇളം കാറ്റിൽ ആടിക്കളിക്കുന്നു. അവന് ആ മരത്തോട് വല്ലാത്ത സ്നേഹം തോന്നി.

ദീപത്തിൽ തൊട്ടു വന്ദിച്ച് അവൻ തറയിലേക്കു കയറി മരത്തി ന്റെ ചുവട്ടിലെത്തി. സ്വപ്നത്തിൽ പോലും കാണാനാവാത്ത ഐശ്വ ര്യങ്ങൾ തനിക്കു സമ്മാനിച്ച ആ മരത്തെ അവൻ കെട്ടിപ്പിടിച്ചു.

പെട്ടെന്ന് തന്റെ സിരകളിലെങ്ങും ഒരു തരിപ്പ് കടന്നു പോകുന്ന തായി മൂസയ്ക്കു തോന്നി. ഷോക്കേൽക്കാത്ത സുഖമുള്ള ഒരു വൈദ്യുത പ്രവാഹം. അൽപ്പം ശോഷിച്ച് വളഞ്ഞിരുന്നിരുന്ന അവന്റെ ഇടതു കാൽ പൂർവ സ്ഥിതിയിലായി!

മുണ്ടുയർത്തി അവൻ തന്റെ ഇരു കാലുകളിലേക്കും നോക്കി. രണ്ടും ഒരുപോലിരിക്കുന്നു. തന്റെ വൈകല്യം മാറിയിരിക്കുന്നു!

'ഇനി ഒളിമ്പിക്സ് ഓട്ടമത്സരത്തിൽ പങ്കെടുത്ത് ഇന്ത്യക്ക് ഒരു സ്വർണമെഡൽ വാങ്ങിക്കൊടുക്കാൻ പോലും എനിക്ക് കഴിയും', എന്ന് മൂസ ചിന്തിച്ചു. ഉസൈൻ ബോൾട്ടിന്റെ ആരാധകനാണ് മൂസ.

വൃക്ഷത്തറയിൽ നിന്നും മൂസ ഒരു ചാട്ടം വെച്ചു കൊടുത്തു. ഉറങ്ങാൻ കിടന്നിരുന്ന അപ്പൂപ്പനെയും അമ്മൂമ്മയേയും വിളിച്ചെണീ പ്പിച്ച് വിശേഷം പറഞ്ഞു. അവർക്ക് വലിയ സന്തോഷമായി.

"എങ്ങനെയാടാ ഇതു സംഭവിച്ചത്?"

അപ്പൂപ്പൻ ചോദിച്ചു.

"ആ മരം ഒരു അത്ഭുത വൃക്ഷമാണപ്പൂപ്പാ. ആ മരത്തിന് ഒരു പാട്

അത്ഭുത സിദ്ധികളുണ്ട്." മൂസ ആവേശത്തോടെ പറഞ്ഞു. എന്നിട്ട് അമ്മൂമ്മയോട് ചോദിച്ചു:

"അമ്മാമ്മയ്ക്ക് ഇപ്പോൾ എന്തെങ്കിലും വയ്യായ്ക ഉണ്ടോ?"

"മുട്ടിനും ഉപ്പൂറ്റിയ്ക്കും ചെറിയ വേദന ഉണ്ട്. കുനിഞ്ഞു നിവരാൻ പ്രയാസമുണ്ട്."

"എങ്കിൽ പുറത്തേക്കു വാ അമ്മാമ്മേ, നമ്മുടെ സ്വർണ മരത്തേ ഒന്നു കെട്ടിപ്പിടിച്ചാൽ മതി. എല്ലാം ഭേദമാകും."

അമ്മാമ്മ രാത്രിയിൽ പുറത്തേക്കിറങ്ങി വന്ന് സ്വർണ മരത്തെ കെട്ടിപ്പിടിച്ചു. ഒന്നും സംഭവിച്ചില്ല! അമ്മൂമ്മ പറഞ്ഞു:

"എന്തായാലും വൈകല്യം മാറി നീ ഒരു ഒത്ത പുരുഷനായല്ലോ. ഞങ്ങൾക്ക് സന്തോഷമായി. വയസ്സുകാലത്ത് വയ്യായ്കകളൊക്കെ ഈശ്വരൻ വിധിച്ചിട്ടുള്ളതാ. അത് അനുഭവിച്ചു തന്നെ തീർക്കണം."

പുലർച്ചെ മൂസ ഒരു സുന്ദര സ്വപ്നവും കണ്ട് കിടക്കുകയാണ്. ഒളിമ്പിക്സ് ഓട്ട മത്സരത്തിൽ ഇന്ത്യക്കു വേണ്ടി ഓടാൻ അവൻ ട്രാക്കിൽ നിൽക്കുന്നു. തൊട്ടടുത്ത ട്രാക്കിൽ ഉസൈൻ ബോൾട്ടുമുണ്ട്. മൂസ ബോൾട്ടിനോട് പറയുന്നു, 'ഇത്തവണ നിങ്ങൾക്ക് വെള്ളിയേ കിട്ടൂ.' പെട്ടെന്ന് ഓട്ടം തുടങ്ങാനുള്ള വെടി പൊട്ടി. മൂസയുടെ മുഖത്തേക്ക് വെള്ളത്തുള്ളികളും വന്നു വീണു.

ഞെട്ടിയുണർന്നു നോക്കുമ്പോൾ അമ്മൂമ്മയാണ്. അമ്മൂമ്മ വല്ലാത്ത സങ്കടത്തിലാണ്.

"എടാ മൂസേ ഇന്ന് നമ്മുടെ സ്വർണമരം പൊൻപണം തന്നില്ല!"

തേൻവരിക്കയുടെ കൊതിമണം!

മൂസയ്ക്ക് വിശ്വാസം വന്നില്ല. അവൻ ഓടിപ്പോയി വൃക്ഷത്തറയിൽ കയറി ഒന്നുകൂടി ശരിക്ക് പരിശോധിച്ചു. ഇല്ല, അവിടെങ്ങും പൊൻപണം കാണുന്നില്ല!

"ഈ രഹസ്യം നീ ആരോടെങ്കിലും പറഞ്ഞിരുന്നോ?" അമ്മൂമ്മ ചോദിച്ചു.

"ഇല്ലമ്മാമ്മേ , ഞാനിത് ആരോടെങ്കിലും പറയുമോ?"

സ്വർണ മരത്തെക്കുറിച്ചറിഞ്ഞ ആരെങ്കിലും വെളുക്കുന്നതിനു മുമ്പേ വന്ന് പൊൻപണം അടിച്ചു മാറ്റിയതാണോയെന്നാണ് അമ്മൂമ്മയുടെ സംശയം. എന്നാൽ മൂസ ചിന്തിച്ചത് വേറൊരു വഴിക്കാണ്. അവൻ അമ്മൂമ്മയോടു പറഞ്ഞു:

"അമ്മാമ്മ കയറി വന്ന് നമ്മുടെ സ്വർണ മരത്തേയൊന്ന് കെട്ടിപ്പിടിച്ചേ. നമുക്ക് ഇത്രയൊക്കെ ഐശ്വര്യങ്ങൾ സമ്മാനിച്ച മരമല്ലേ?"

അമ്മൂമ്മ തറയിൽ കയറി സ്വർണമരത്തെ കെട്ടിപ്പിടിച്ച് കണ്ണടച്ച് അങ്ങനെ നിൽക്കുകയാണ്! മൂസ വിളിച്ചിട്ടും വിളി കേൾക്കുന്നില്ല. അൽപ്പം കഴിഞ്ഞ് ഉത്സാഹത്തോടെ കൈകൾ രണ്ടുമുയർത്തി. പിന്നെ മരത്തെ തലോടി ഒരുമ്മ കൂടി കൊടുത്തു. തലേന്ന് മൂസ ചെയ്തതു പോലെ തറയിൽ നിന്ന് ഒറ്റച്ചാട്ടം. എന്നിട്ട് കുട്ടികളെപ്പോലെ തുള്ളിച്ചാടിക്കൊണ്ട് പറഞ്ഞു:

"എന്റെ മുട്ടിനു വേദനയും ഉപ്പൂറ്റി വേദനയും ഒക്കെ മാറിയെടാ. കുനിയാനും നിവരാനും ഒന്നും പ്രയാസമില്ല. ഒരു മുപ്പതു വയസ്സു കുറഞ്ഞതു പോലെ തോന്നുന്നു എനിക്ക്. ഞാൻ വേഗം പോയി

അങ്ങേരെ വിളിച്ചോണ്ടു വരട്ടെ. പ്രായത്തിന്റേതായ കുറച്ച് അവശതകൾ അങ്ങേർക്കുമുണ്ട്."

"ഇന്നു വേണ്ട അമ്മാമ്മേ, നാളെ മതി. ഒരു ദിവസം ഒരാളെ സുഖപ്പെടുത്താനുള്ള ശക്തിയേ ഈ മരത്തിനുള്ളൂ. ഇന്നലെ കണ്ടതല്ലേ? മാത്രമല്ല സുഖപ്പെടുത്താനുള്ള ശക്തി കിട്ടിയപ്പോൾ നാണയം പൊഴിക്കാനുള്ള കഴിവ് നഷ്ടപ്പെട്ടിരിക്കുന്നു. ഈ മരത്തിന് വേറെന്തൊക്കെ ശക്തികളുണ്ടെന്ന് ആർക്കറിയാം!"

"നീയെന്തിനാടാ വിഷമിക്കുന്നത്? നമുക്ക് ആവശ്യത്തിലധികം കിട്ടിയില്ലേ? ഇനിയും മുപ്പത്തിരണ്ട് നാണയങ്ങൾ കൂടി വിൽക്കാതെ ബാക്കിയുണ്ട്. പണം അധികമായാൽ ആപത്താണ്. അതിനേക്കാൾ പ്രധാനമല്ലേ ആരോഗ്യം?"

"ശരിയാ അമ്മാമ്മേ, ഞാൻ വേഗം പോയി കുളിച്ചിട്ടു വരാം." മൂസ ബ്രഷും പേസ്റ്റും സോപ്പും തോർത്തും എടുത്ത് പുഴക്കരയിലേക്ക് നടന്നു.

അപ്പൂപ്പന്റെ രണ്ടാമത്തെ മകൻ ഭദ്രൻ തലേന്നു രാത്രി ഫേസ്ബുക്ക് നോക്കുമ്പോൾ യാദൃശ്ചികമായി മെമ്പർ പ്രകാശനൊപ്പം തന്റെ അച്ഛനും അമ്മയും നിൽക്കുന്ന ഫോട്ടോ കണ്ടു. അയാൾ ആരെയൊക്കെയോ വിളിച്ച് പ്രകാശന്റെ മൊബൈൽ നമ്പർ സംഘടിപ്പിച്ചു. പ്രകാശനെ വിളിച്ചപ്പോൾ അയാൾ ഫോണിലൂടെ പറഞ്ഞു:

"നിന്റെ അപ്പനും അമ്മയ്ക്കും ഇപ്പോൾ ശുക്രദശയല്ലേ! ഒരു ദത്തുപുത്രനും ഉണ്ട്. ഒരു ചട്ടുകാലൻ! എല്ലാം അവന്റെ ഐശ്വര്യമാ. രണ്ടു കോടീടെ മൂന്നു നില ബംഗ്ലാവല്ലേ പാവയ്ക്കാ കുന്നിന്റെ മുകളിൽ പണിതിരിക്കുന്നത്! രണ്ടായിരത്തിന്റെ നോട്ടു കൂടി കൊടുത്തിട്ടാ എല്ലാവരെയും ക്ഷണിച്ചതു തന്നെ. ഞാൻ പോയി നേരിട്ടു കണ്ടതല്ലേ?"

അയാൾക്ക് കേട്ടതൊന്നും വിശ്വസിക്കാനായില്ല. അയാൾ വേഗം ഏട്ടൻ ഭരതനെ വിളിച്ചു കാര്യം പറഞ്ഞു. ഏട്ടൻ പെങ്ങന്മാരെ വിളിച്ചു. പെങ്ങൻമാർ മറ്റ് ആങ്ങളമാരെ വിളിച്ചു. മണിക്കൂറുകൾക്കകം പത്തുമക്കളും അപ്പൂപ്പനും അമ്മൂമ്മയും ധനികരായിത്തീർന്ന കഥയറിഞ്ഞു! നാളെ പാവയ്ക്കാ കുന്നിൽ പോയി കാര്യങ്ങളൊക്കെ നേരിട്ടു ബോധ്യപ്പെട്ടു വരാൻ എല്ലാവരും കൂടി തീരുമാനിച്ചു. സ്കൂൾ അവധിയായതിനാൽ മക്കൾക്ക് സ്കൂളിൽ പോവാനില്ല, ഒരാഴ്ച ലീവെടുത്ത് അവിടെ താമസിച്ചിട്ടു വന്നാൽ മതിയെന്നായിരുന്നു തീരുമാനം!

ഉച്ചയൂണു കഴിഞ്ഞ് ഉമ്മറത്ത് വിശ്രമിക്കുമ്പോൾ അമ്മൂമ്മ പറഞ്ഞു:

"നല്ലൊരു മണം വരുന്നല്ലോ. തേൻ വരിക്ക പ്ലാവിൽ ചക്ക പഴുത്തിട്ടുണ്ട്. എടാ മൂസേ, നിനക്ക് പ്ലാവിൽ കയറി പഴുത്തതൊക്കെ കെട്ടിയിറക്കാമോ?"

"എനിക്ക് മണമൊന്നും വരുന്നില്ലമ്മാമ്മേ." മൂസ പറഞ്ഞു.

"ചക്ക പഴുക്കാറൊന്നും ആയിട്ടില്ല. വിളഞ്ഞതൊരെണ്ണം കെട്ടിയിറക്കിയാൽ പാതി നമുക്ക് പുഴുക്കാക്കി തിന്നാം. ബാക്കി വെളിച്ചെണ്ണയിൽ വറുത്തും തിന്നാം."

അപ്പൂപ്പൻ തന്റെ ആഗ്രഹം പറഞ്ഞു.

"നാളെ മുതൽ ചക്കക്കുരു തോരൻ വെക്കുകയും ചെയ്യാം." അമ്മൂമ്മ കൂട്ടിച്ചേർത്തു.

എന്തായാലും പ്ലാവിൽ കയറിക്കളയാമെന്ന് മൂസ തീരുമാനിച്ചു. അവൻ ഷർട്ടും മുണ്ടും മാറ്റി ഒരു പണിത്തോർത്തുടുത്തു, ഉറയുള്ള ഒരു മലപ്പുറം കത്തി എളിയിൽ തിരുകി, ചുരുട്ടിയെടുത്ത പ്ലാസ്റ്റിക് കയർ തോളിൽ തൂക്കി, ഒരു കുരങ്ങനെപ്പോലെ തേൻ വരിക്കയുടെ മുകളിലേക്ക് കയറിപ്പോയി. വലിയ ചക്കകളൊക്കെ മൂസ ഞെക്കി നോക്കി.

"ഒന്നു പോലും പഴുത്തിട്ടില്ലമ്മാമ്മേ." മൂസ വിളിച്ചു പറഞ്ഞു.

"നീ മൂത്തതു നോക്കി രണ്ടെണ്ണം കെട്ടിയിറക്ക്." താഴെ നിന്ന് അമ്മൂമ്മയുടെ കൽപ്പന.

മൂസയ്ക്കുണ്ടോ മൂപ്പു നോക്കാൻ അറിയുന്നു! അവൻ ഏറ്റവും വലിയ രണ്ടെണ്ണം കെട്ടിയിറക്കി. താഴേയ്ക്കിറങ്ങാൻ തുടങ്ങുമ്പോഴാണ് അവൻ ആ കാഴ്ച കണ്ടത്! ഒന്നിനു പിറകെ ഒന്നായി ഒൻപതു കാറുകൾ പാവയ്ക്ക കുന്നു കയറി വരുന്നു.

പ്ലാവിലേക്കു കയറാൻ എളുപ്പമായിരുന്നു. എന്നാൽ ഇറങ്ങാൻ മൂസ വല്ലാതെ കഷ്ടപ്പെട്ടു. പത്തടി മുകളിലെത്തിയപ്പോൾ അവൻ ഒരു ചാട്ടം വെച്ചു കൊടുത്തു!

അമ്മൂമ്മ ചക്കയുമെടുത്ത് പിൻഭാഗത്തേക്കു പോയിരുന്നു. മൂസ അപ്പൂപ്പനോടു പറഞ്ഞു:

"അപ്പാപ്പാ, വിരുന്നുകാർ കൂട്ടത്തോടെ വരുന്നുണ്ട്. ഇന്ന് നമ്മുടെ എല്ലാ മുറികളിലും ആൾത്താമസം ഉണ്ടാവുമെന്നാ തോന്നുന്നത്!"

"നിന്റെ തലയ്ക്കകത്ത് ആൾത്താമസമില്ലാത്തതുകൊണ്ട് തോന്നുന്നതാ. ഈ തൊണ്ടനേയും തൊണ്ടിയേയും കാണാൻ ആരു വരാനാടാ."

"അപ്പാപ്പനിപ്പോൾ പഴയ അപ്പാപ്പനാണോ? ഈ പാവയ്ക്കാ

കുന്നിലേ ഒരേയൊരു മൊതലാളിയല്ലിയോ? ധനികൻമാരായി ത്തീരുമ്പോൾ ബന്ധുക്കളൊക്കെ തേടിപ്പിടിച്ചിങ്ങെത്തും അപ്പാപ്പാ. നോക്കിക്കോ?"

മൂസ പറഞ്ഞു തീർന്നില്ല, ഗേറ്റിനപ്പുറത്തു നിന്നും നിരവധി വാഹ നങ്ങളുടെ ഹോണടികൾ ഒന്നിച്ചു മുഴങ്ങി. മൂസ ഗേറ്റു തുറക്കാനായി ഓടി!

പൂക്കാലം വരവായി!

ഒൻപതു കാറുകൾ വീട്ടുമുറ്റത്തു വന്ന് നിരന്നു നിന്നു. അവയിൽ നിന്ന് അപ്പൂപ്പന്റെയും അമ്മൂമ്മയുടെയും നാല് ആൺ മക്കളും അഞ്ചു പെൺമക്കളും അവരുടെ കുടുംബാംഗങ്ങളും ഇറങ്ങി. ഇളയ മകൻ കുഞ്ഞിരാമൻ മാത്രമാണ് വരാൻ ബാക്കിയുള്ളത്. അയാൾക്ക് കാറില്ലാത്തതിനാൽ ബസ്സിലാണ് വരവ്! ഏറെ വൈകാതെ അവരും എത്തിച്ചേരും.

തോർത്തുടുത്ത് ജോലിക്കാരനേപ്പോലെ നിന്നിരുന്ന മൂസയോട് അപ്പൂപ്പന്റെ മൂത്ത മകൻ ഭരതന്റെ ഭാര്യ സീതാദേവി ആജ്ഞാപിച്ചു:

"ഈ പെട്ടികളൊക്കെ ഉള്ളിൽ കൊണ്ടുപോയി വെക്കെടാ."

പെട്ടി ചുമക്കുന്നതിനിടയിൽ മൂസ കുട്ടികളെ എണ്ണി നോക്കുകയായിരുന്നു. എല്ലാം കൂടി ഇരുപത്തിരണ്ട് എണ്ണമുണ്ട്! കുട്ടികൾ കാറിൽ നിന്നിറങ്ങുമ്പോൾ സ്കൂൾ വിട്ട പ്രതീതിയായിരുന്നു!

കുട്ടികളെ കണ്ടപ്പോൾ മൂസയ്ക്കും വലിയ സന്തോഷമായി.

മക്കളെല്ലാം അച്ഛനമ്മമാരോട് വലിയ സ്നേഹ പ്രകടനമാണ്. അപ്പൂപ്പന്റെയും അമ്മൂമ്മയുടെയും മുഖം നന്നായി തെളിഞ്ഞിട്ടുണ്ട്. മനസ്സിൽ ഉണ്ടായിരുന്ന വിദ്വേഷമൊക്കെ അവരെ നേരിൽ കണ്ടപ്പോൾ അലിഞ്ഞുപോയി.

അപ്പൂപ്പന്റെയും അമ്മൂമ്മയുടെയും സന്തോഷം കണ്ടപ്പോൾ മൂസയുടെ കണ്ണു നിറഞ്ഞു.

മൂസ വേഗം തോർത്തു മാറ്റി മുണ്ടും ഷർട്ടും എടുത്തു ധരിച്ചു. അപ്പോഴേക്കും മുപ്പത്തഞ്ചു വയസ്സു തോന്നിക്കുന്ന ദമ്പതികൾ കയ്യിൽ ഓരോ

ബാഗും പിടിച്ച വന്നു. അത് അപ്പൂപ്പന്റെ ഇളയ മോൻ കുഞ്ഞിരാമനും ഭാര്യയുമാണെന്ന് മൂസയ്ക്ക് മനസ്സിലായി. അവരുടെ കൂടെ മക്കളാരും ഇല്ല. ഓടിച്ചെന്ന് മൂസ അവരെ ക്ഷണിച്ചു:

"വന്നാട്ടെ, വന്നാട്ടെ, എല്ലാവരും അൽപ്പം നേരത്തെ എത്തി."

മൂസ രണ്ടു പേരുടെയും ബാഗുകൾ വാങ്ങി ഇരു തോളുകളിലുമിട്ട് മുന്നിൽ നടന്നു. പിന്നിൽ നിന്ന് കുഞ്ഞിരാമൻ മൂസയോടായി ചോദിച്ചു:

"നീ ഏതാടാ?"

"ഞാനീ വീട്ടിലെ ഒരു സഹായിയാണേ."

മൂസ വിനയത്തോടെ പറഞ്ഞു.

"നിന്നെയാണോ എന്റെ അച്ഛൻ ദത്തെടുത്തെന്ന് പറഞ്ഞു കേൾക്കുന്നത്?"

"അങ്ങനെയൊന്നുമില്ല, അപ്പാപ്പന്റെ കാരുണ്യം കൊണ്ട് കഞ്ഞി കുടിച്ചു കഴിയുന്നു. അത്ര മാത്രം."

വീട്ടിനുള്ളിൽ താനൊരു അധികപ്പറ്റാവുമോയെന്ന് മൂസ പേടിച്ചു.

അവൻ പുറത്തിറങ്ങി അത്തി മരത്തിന്റെ തറയിൽ വന്നിരുന്നു.

അപ്പോഴാണ് അഞ്ചുവയസ്സ തോന്നിക്കുന്ന ഒരു തടിയൻ ചെക്കൻ മൂസയുടെ അടുത്തേക്കു വന്നത്. അവൻ ചോദിച്ചു:

"ചേട്ടന്റെ പേരെന്താ?"

"ഭരത് മൂസ."

മൂസ അൽപ്പം ഗൗരവത്തിൽ പറഞ്ഞു.

"സി ഐ ഡി മൂസ ആണോ?"

ചെക്കന്റെ അടുത്ത ചോദ്യം.

ഇവൻ ആളു കൊള്ളാമല്ലോ! ചെക്കനെ ഒന്നു രസിപ്പിക്കാനായി മൂസ സ്വയം നിർമ്മിച്ച് ഒരു പാട്ടു പാടി:

"സി ഐ ഡി മൂസ അല്ല
ഇവൻ ഭരത് മൂസ
കള്ളു കുടിക്കില്ലെങ്കിലും
ഇവൻ എന്നും പൂസാ
കള്ളം ചതി പൊറുക്കില്ല
കൊടുത്തിടും ശിക്ഷ

നന്മ ചെയ്യാൻ മടിയില്ല

നല്ലോർക്കുറ്റ തോഴൻ!"

പക്ഷേ പാട്ട് ചെക്കന് രസിച്ചില്ല. അവൻ പുച്ഛത്തോടെ മൂസയോട് ചോദിച്ചു:

"ചേട്ടനെന്തിനാ ഇങ്ങനെ സ്വയം പൊക്കുന്നത്?

തച്ചോളി ഒതേനനെപ്പറ്റി വടക്കൻ പാട്ടു പാടിയത് പാക്കനാരല്ലേ?

ഒതേനൻ സ്വയം പാടിയതല്ലല്ലോ!"

ഏത് ഒതേനൻ? എന്ത് വടക്കൻ പാട്ട്?

മൂസയ്ക്ക് ഒന്നും പിടികിട്ടിയില്ല. എന്നാൽ ചെക്കൻ വിടാൻ ഭാവമില്ല.

"ഇതിനു മാത്രം പൊക്കിപ്പറയാൻ ചേട്ടൻ എന്തു എന്തു വീരകൃത്യമാ ചെയ്തിട്ടുള്ളത് എന്നാ ഞാൻ ചോദിച്ചത്?"

"ഞാനോ? ഞാൻ കാട്ടിൽപ്പോയി പുലിയെ കെട്ടിവലിച്ചു കൊണ്ടുവന്ന് വീട്ടിൽ പട്ടിയെപ്പോലെ കെട്ടിയിട്ടു വളർത്തിയിട്ടുണ്ട്,

പുഴയിലെ ചീങ്കണ്ണിയെ പിടിച്ച് പല്ലു പറിച്ച് മാലയിൽ ലോക്കറ്റാക്കി ഇട്ടിട്ടുണ്ട്, പോലീസുകാർ പോലും പേടിച്ച കള്ളൻ ഡാഡി ഗിരിജയെ മർമ്മത്തിൽക്കുത്തി ശവം പോലെ കിടത്തിയിട്ടുണ്ട്...... "

അതു കേട്ടപ്പോൾ ചെക്കൻ ചിരിക്കാൻ തുടങ്ങി. പൊട്ടിച്ചിരിച്ചു കൊണ്ട് അവൻ പറഞ്ഞു:

"പുളു, പുളു.....

മുഞ്ചാസൻ പോലും ഇങ്ങനത്തെ പുളു പറയില്ല."

"ഞാൻ വെറുതെ പറഞ്ഞതല്ലേടാ കുട്ടാ. എന്തായാലും നിന്നെ ഞാൻ ചിരിപ്പിച്ചല്ലോ. ആട്ടെ നിന്റെ പേരെന്താ?"

"എന്റെ പേര് സമൂസ."

എന്നും പറഞ്ഞ് ചെക്കൻ ഓടിപ്പോയി.

മൂസ മൊബൈലെടുത്ത് ഗൂഗിളിൽ തച്ചോളി ഒതേനൻ ആരാണെന്ന് തിരഞ്ഞ്, കഥയൊക്കെ വായിച്ച്, ഒരു വടക്കൻ പാട്ടും കേട്ടിരിക്കുമ്പോഴാണ് ഒരു നീണ്ട ലിസ്റ്റുമായി അമ്മൂമ്മ വരുന്നത്.

"വേഗം ജീപ്പെടുത്ത് കടയിൽ പോയി ഇതിലെഴുതിയിരിക്കുന്ന സാധനങ്ങളൊക്കെ വാങ്ങിച്ചു കൊണ്ടുവാ...

കൊച്ചുമക്കളിൽപ്പലരേയും ഞാൻ ആദ്യമായിട്ടു കാണുവാ.

അവരെയൊക്കെ ഒരു കുറവും കൂടാതെ സൽക്കരിക്കേണ്ടേ?"

ജീപ്പോടിച്ച് പാവയ്ക്കാ കുന്നിറങ്ങുമ്പോൾ മൂസയുടെ മനസ്സിൽ ഒറ്റ ചിന്ത മാത്രമേ ഉണ്ടായിരുന്നുള്ളൂ.

'എങ്ങനെയെങ്കിലും ഒരു തച്ചോളി ഒതേനനാവണം!

കാലമെത്ര കഴിഞ്ഞാലും എന്റെ വീരകഥകൾ ഈ നാട്ടിലെ കുട്ടികൾ വടക്കൻ പാട്ടുകൾ പോലെ പാടി നടക്കണം!'

ഉസൈൻ ബോൾട്ടിനെ തോൽപ്പിക്കുന്ന കാര്യമൊക്കെ മൂസ മറന്നു പോയിരുന്നു!

പുളുവടി വീരൻ!

അപ്പൂപ്പന്റെ മൂന്നാമത്തെ മകൻ പത്മനാഭന്റെ ഇളയ മകൻ വിക്രു ആയിരുന്നു മൂസയെ ചോദ്യം ചെയ്ത വിരുതൻ. അവൻ അകത്തു ചെന്നപ്പോൾ എല്ലാവരും മൂസയെക്കുറിച്ചാണ് സംസാരിക്കുന്നത്. മൂസ ജീപ്പെടുത്ത് പുറത്തേക്കു പോയതറിഞ്ഞാണ് എല്ലാവരും അവനെപ്പറ്റി ധൈര്യമായി സംസാരിക്കുന്നത്. മൂത്ത മകൾ സുഭദ്ര ചോദിക്കുന്നു:

"അപ്പനിത് എന്തിന്റെ കേടാ? പത്തു മക്കളുണ്ടായിട്ടാണ്, പതിനൊന്നാമത് ഒരുത്തനെ ദത്തെടുക്കുന്നത്!"

"പത്തെണ്ണമുണ്ടായിട്ട് എന്താ കാര്യം? വയസ്സുകാലത്ത് ഞങ്ങൾക്കൊരു സഹായത്തിന് ആരുമില്ലല്ലോ!" അപ്പൂപ്പൻ തിരിച്ചടിച്ചു.

മൂത്ത മകന്റെ പരാതി മറ്റൊന്നായിരുന്നു.

"അവനെന്തിനാ അപ്പൻ എന്റെ പേര് ഇട്ടത്?"

"നിന്റെ പേര് ഭരതൻ. അവന്റെ പേര് ഭരത്. രണ്ടും വ്യത്യാസമുണ്ട്."

"ദത്തെടുക്കാനും മാത്രം അവന് എന്നാ ഗുണമാ നിങ്ങൾ കണ്ടത്?"

രണ്ടാമത്തെ മകൻ ഭദ്രന്റേതാണ് ചോദ്യം.

അതിന് മറുപടി പറഞ്ഞത് അമ്മൂമ്മയാണ്:

"എന്തു പണി പറഞ്ഞാലും ഒരു മടിയുമില്ലാതെ അവൻ ചെയ്തോളും. വയസ്സു കാലത്ത് ഞങ്ങൾക്കൊരു സഹായമല്ലേ മക്കളേ."

"ചീങ്കണ്ണിയുടെ വായിൽ നിന്നു പല്ലെടുത്ത് മാല കോർത്തവനാണെന്നാ പറഞ്ഞത്!" വിക്രു ഇടയിൽ കയറി പറഞ്ഞു. കുട്ടികളുടെ

കുട്ടച്ചിരി മുഴങ്ങി.

"നീ ഭരത് ഏട്ടനോട്ട സംസാരിച്ചോ? പിന്നെ എന്തൊക്കെയാ ആ ഏട്ടൻ പറഞ്ഞത്?" ചേച്ചി ശ്വേത അവനെ ചോദ്യം ചെയ്തു.

"കാട്ടിൽ പോയി പുലിയെ കയറിൽ കെട്ടി കൊണ്ടുവന്ന് വീട്ടിൽ പട്ടിയെപ്പോലെ വളർത്തിയവനാണെന്ന പറഞ്ഞു. കൊള്ളക്കാരൻ ഡാഡി ഗിരിജയെ ഒറിയടിക്ക് വീഴ്ത്തിയവനാണെന്നും പറഞ്ഞു."

അപ്പൂപ്പനും അമ്മൂമ്മയും മക്കളും അന്തം വിട്ടു നിന്നു.

"വല്ലാത്ത ബഡായിക്കാരൻ തന്നെ. എങ്ങനെയാ ഇങ്ങനത്തെ കല്ലുവെച്ച നുണയൊക്കെ ഉണ്ടാക്കുന്നത്?" ഭരതന്റെ മൂത്ത മകൻ ദിനേശ് ചോദിച്ചു.

"നമ്മൾക്കു പണിയായി മക്കളേ. ഏട്ടനിങ്ങു വരട്ടെ, നമുക്ക് നല്ലൊരു പണി കൊടുക്കണം!" സുഭദ്രയുടെ മൂത്ത മകൾ വിജിയാണ് അതു പറഞ്ഞത്.

"അതെ, നമ്മളാരാണെന്ന് ഭരത് ഏട്ടന് ഇന്ന് കാണിച്ചു കൊടുക്കണം!"

അനിയൻ ഷാജി ചേച്ചിയെ പിന്താങ്ങി.

കുട്ടികളെല്ലാം ഉമ്മറത്ത് മൂസ തിരികെ വരുന്നതും കാത്തിരിപ്പായി. വിക്രുവാണെങ്കിൽ മൂന്നാമത്തെ നിലയുടെ ടെറസിൽ കയറി നിന്ന് ദൂരെ റോഡിലേക്ക് നോക്കി നിൽപ്പാണ്. വളവു തിരിഞ്ഞ് ജീപ്പ് വരുന്നതു കണ്ടപ്പോൾ അവൻ താഴേക്കോടി സഹോദരങ്ങളെ വിവരമറിയിച്ചു.

മൂസയുടെ ജീപ്പ് വന്ന് നിന്നപ്പോൾ കുട്ടികൾ പാട്ടു പാടിക്കൊണ്ട് ചുറ്റും കൂടി.

"വന്നല്ലോ വന്നല്ലോ
ഭരത് മൂസ വന്നല്ലോ
പുലിയെ വീട്ടിൽ പിടിച്ചു കെട്ടിയ
വീരൻ മൂസ വന്നല്ലോ
ചീങ്കണ്ണി പല്ലെടുത്ത്
മാല കോർത്തോൻ വന്നല്ലോ
ഡാഡി ഗിരിജയെ ഒറ്റയിടിക്ക്
താഴെ വീഴ്ത്തിയോൻ വന്നല്ലോ
വന്നല്ലോ വന്നല്ലോ

പുളുവടി വീരൻ വന്നല്ലോ!"

ദേഷ്യം വന്ന മൂസ നീട്ടി ഹോണടിച്ചു. പിള്ളേർ പാട്ടു നിർത്തി.

"പാട്ടൊക്കെ പാടാൻ ഇനിയും സമയമുണ്ട്. ആദ്യം എല്ലാവരും ഓരോ കെട്ട് സാധനം വീതം എടുത്ത് അടുക്കളയിൽ കൊണ്ടെ വെക്ക്."

കുട്ടികൾ അനുസരിച്ചു. എഴുപതു കിലോയുടെ അരിച്ചാക്കു മാത്രം ബാക്കിയായി. മൂസ അത് ഒറ്റയ്ക്ക് ചുമലിലേറ്റി കലവറയിലേക്ക് നടന്നു.

മൂസ പിന്നാമ്പുറത്തു കൂടി വീടിന്റെ മുന്നിലെത്തുമ്പോഴേക്കും പിള്ളേരും അവിടെ എത്തിയിരുന്നു.

"ഭരത് ഏട്ടാ, ഭരത് എട്ടാ, നമുക്ക് കാട്ടിൽ പുലിയേ പിടിക്കാൻ പോകാം." ഭരതന്റെ രണ്ടാമത്തെ മകൻ ഗണേഷ് പറയുന്നു.

"ഭരത് ഏട്ടാ, ഭരത് ഏട്ടാ, നമുക്ക് ചീങ്കണ്ണിയുടെ പല്ലു പറിക്കാൻ പുഴയിൽ പോകാം." സുഭദ്രയുടെ രണ്ടാമത്തെ മകൾ ലിജി പരിഹസിക്കുന്നു.

'പിള്ളേരേ അങ്ങിനെ വിട്ടാൽ പറ്റില്ലല്ലോ. എങ്ങനെയെങ്കിലും മാനം രക്ഷിക്കണം.' മൂസ പറഞ്ഞു:

"കാടു വളരെ ദൂരെയാണ് മക്കളേ. ഇപ്പോൾ പോയാൽ രാത്രി അവിടെ കുടുങ്ങിപ്പോവും. എന്നാൽ പുഴ വളരെ അടുത്താണ്. നമുക്ക് ചീങ്കണ്ണിയെ പിടിക്കാൻ പോവാം. പോകുമ്പോൾ ഒന്നു കുളിച്ചേച്ചും വരാം. എല്ലാവരും മാറ്റാൻ ഡ്രസ്സും തോർത്തും സോപ്പുമൊക്കെ എടുത്തോളൂ."

കുട്ടികൾ ആർപ്പു വിളിച്ചു കൊണ്ട് അകത്തേക്കോടി. വസ്ത്രങ്ങളെടുത്ത് വീണ്ടും ആർപ്പു വിളിച്ചു കൊണ്ട് പുറത്തേക്കു വന്നു. ബഹളം കേട്ട് അമ്മമാർ ഓടിയെത്തി. അമ്മൂമ്മയുടെ മൂന്നാമത്തെ മോൾ വിലാസിനി ചോദിച്ചു:

"എവിടേയ്ക്കാ എല്ലാവരും കൂടി?"

"അമ്മേ, ഞങ്ങൾ ഭരത് ഏട്ടന്റെ കൂടെ ചീങ്കണ്ണിയെ പിടിക്കാൻ പുഴയിൽ പോകുവാ." ഏഴു വയസ്സുകാരൻ ഹരി പറഞ്ഞു.

"ചീങ്കണ്ണിയെ പിടിക്കാൻ ഈ ഇത്തിരിക്കുഞ്ഞുങ്ങളേയും കൊണ്ടു പോവുന്നോ?" അമ്മൂമ്മയുടെ ഇളയ മകൾ സുശീല മൂസയെ ശാസിച്ചു.

അപ്പോഴേക്കും അമ്മൂമ്മ ഇടപെട്ടു;

“അതിന് ഷിറിയപ്പുഴയിൽ എവിടെ ചീങ്കണ്ണി ഇരുന്നിട്ടാ? നിങ്ങളൊക്കെ ചെറുപ്പത്തിൽ കുളിച്ച വളർന്ന പുഴ തന്നെയല്ലേ അത്? അവര് പോയി കുളിച്ചേച്ചും വരട്ടെ. മൂസ കൂടെയുണ്ടെങ്കിൽ പേടിക്കാനൊന്നുമില്ല!”

ചീങ്കണ്ണിയുടെ ആക്രമണം!

കുട്ടികളെല്ലാം ആവേശത്തോടെയാണ് ഷിറിയപ്പുഴയിലേക്ക് കുന്നിറങ്ങിയത്. രണ്ടു വയസ്സുകാരി സൗമ്യയെ മൂസ തോള ത്തിരുത്തി. ചെറിയ കുട്ടികളായ ശ്രീധന്യയെയും റോസിനേയും മുതിർന്ന കുട്ടികളായ ദിനേശും വിജിയും എടുത്തു.

ഷിറിയയിൽ തെളിവെള്ളം സ്ഫടികം പോലെ പരന്നൊഴുകുന്നു. ശ്രീധന്യയോടും റോസിനോടും സൗമ്യയോടും കരയ്ക്കിരുന്നാൽ മതിയെന്ന് മൂസ പറഞ്ഞു.

"എല്ലാവരും കുളിച്ചു കഴിയുമ്പോൾ ചേച്ചിമാർ നിങ്ങളെ കുളിപ്പിച്ചു തരും. ചേട്ടൻമാരും ചേച്ചിമാരും വെള്ളത്തിൽ കളിക്കുന്നതു നോക്കി യിരുന്നോ?"

രണ്ടു പേർ അത് സമ്മതിച്ചു. എന്നാൽ സൗമ്യമോൾ വെള്ള ത്തിലിറങ്ങണമെന്ന് വാശി പിടിച്ചപ്പോൾ മൂസ അവളെയുമെടുത്ത് വെള്ളത്തിലിറങ്ങി. കുറച്ചു കഴിഞ്ഞപ്പോൾ വിക്രു ചോദിക്കുന്നു;

"ഭരത് ഏട്ടാ, എന്നെ നീന്താൻ പഠിപ്പിക്കുമോ?"

മൂസ സൗമ്യ മോളെ കരയിലിരിക്കുന്ന ചേച്ചിമാരുടെ അരുകിലി രുത്തി വിക്രുവിനെ നീന്തൽ പഠിപ്പിക്കാനായി പോയി.

സനോജും മനോജും ശ്രീരാഗും വിനോദും ഹരീഷുമെല്ലാം വെള്ളത്തിൽ കുത്തി മറിയുകയാണ്. അപ്പോഴാണ് റോസ് മോളുടെ കരച്ചിൽ കേൾക്കുന്നത്. മൂസ വിക്രുവിന്റെ കൈയിൽ പിടിച്ചു വലിച്ചു കൊണ്ട് അവളിരുന്നിടത്തേക്കോടി.

മൂസ ആദ്യമായാണ് ജീവനുള്ള ചീങ്കണ്ണിയെ കാണുന്നത്! അത് റോസ് മോളുടെ കാലിൽ കടിച്ചു പിടിച്ചിരിക്കയാണ്. മൂസ ഒന്നും ആലോചിക്കാതെ അതിന്റെ പുറത്തേക്ക് ചാടിക്കയറി ഇരുന്നു. രണ്ടു കൈയും അതിന്റെ വായിലേക്കിട്ട് വായ അകത്താൻ ശ്രമിച്ചു.

ചീങ്കണ്ണി അതിന്റെ വാലു ചുഴറ്റി മൂസയുടെ തലയ്ക്കിട്ട് നല്ല ഒരു അടി കൊടുത്തു. നന്നായി വേദനിച്ചെങ്കിലും അവൻ പിടി വിടാതെ ശ്രമം തുടർന്നു. അപ്പോഴേക്കും ദിനേശും ഗണേഷും ഓടി വന്ന് വടികൊണ്ട് ചീങ്കണ്ണിയുടെ വാലിലേക്ക് അടിക്കാൻ തുടങ്ങി. ചീങ്കണ്ണിയുടെ വായിൽ നിന്ന് കുട്ടിയുടെ കാൽ സ്വതന്ത്രമായി. വിനോദ് ഓടി വന്ന് അവളെ എടുത്തു.

ചീങ്കണ്ണി വെള്ളത്തിലൂടെ നീന്തി പുഴയുടെ മുകളിലേക്കു പോയി. കുട്ടികൾ വടികളും കല്ലുകളും കൊണ്ട് അതിനെ എറിഞ്ഞെങ്കിലും അത് രക്ഷപ്പെട്ടു.

റോസ് മോളുടെ കാലിൽ നിന്നും ചോര വരുന്നുണ്ടായിരുന്നു. ചീങ്കണ്ണിയുടെ നാലു പല്ലുകൾ അവളുടെ കുഞ്ഞിക്കാലിൽ ഇറങ്ങിയിട്ടുണ്ടായിരുന്നു.

മൂസ കുറച്ച് പച്ചിലകൾ പറിച്ച് വിജിയുടെ കൈയിൽ കൊടുത്ത് അത് അരച്ച് കുട്ടിയുടെ മുറിവിൽ പുരട്ടാൻ പറഞ്ഞു. അവൾ അത് ഒരു കല്ലിൽ വെച്ച് മറ്റൊരു ഉരുളൻ കല്ല് കഴുകിയെടുത്ത് അതുകൊണ്ടരച്ച് കുട്ടിയുടെ മുറിവുകളിൽ പുരട്ടി.

മൂസയ്ക്ക് അരയ്ക്കാൻ വയ്യാത്തതുകൊണ്ടാണ് അവൻ ആ ജോലി വിജിയെ ഏൽപ്പിച്ചത്. അവന്റെ രണ്ടു കൈകളും മുറിഞ്ഞിരുന്നു.

"ആരും പേടിക്കരുത്," മൂസ പറഞ്ഞു.

"ഇനി ചീങ്കണ്ണി ഇങ്ങോട്ട് വരികയൊന്നുമില്ല."

പക്ഷെ എല്ലാവർക്കും കുളിക്കാനുള്ള ഉത്സാഹം നശിച്ചിരുന്നു.

"ഭരത് ഏട്ടൻ മരുന്നു പുരട്ടുന്നില്ലേ?" ജ്യോതി ചോദിച്ചു.

"വേണ്ട, ഇത് തനിയെ ഉണങ്ങിക്കൊള്ളും." മൂസ പറഞ്ഞു.

ആർപ്പു വിളികളുമായി കുന്നിറങ്ങിയ സംഘം നിശ്ശബ്ദരായാണ് കുന്നു കയറിയത്. റോസിനെ അവളുടെ അമ്മ സുശീലയെ ഏൽപ്പിച്ചു മൂസ അവളുടെ അച്ഛൻ സുഗുണേട്ടന്റെ കാലിൽ പിടിച്ചു മാപ്പു പറഞ്ഞു.

"സുഗുണാ, കാറെടുക്ക് കുട്ടിയെ വേഗം ആശുപത്രിയിലേക്ക് കൊണ്ടു പോവാം." അമ്മൂമ്മയുടെ നാലാമത്തെ മകൻ സദാശിവൻ അളിയനോട് പറഞ്ഞു.

മൂസ പറഞ്ഞു:

"ആശുപത്രിയിൽ പോവാൻ മാത്രമൊന്നുമില്ല. നാളെ നേരം വെളു ക്കുമ്പോൾ എല്ലാം ശരിയാവും."

അമ്മൂമ്മ മൂസയുടെ മുഖത്തേക്കു നോക്കി. മൂസ കണ്ണുകൊണ്ട് ഒരു സിഗ്നൽ കാണിച്ചു. ഉടനെ അമ്മൂമ്മ പറഞ്ഞു:

"മൂസ നാളെ നേരം വെളുക്കുമ്പോൾ ഭേദമാകുമെന്നു പറഞ്ഞിട്ടു ണ്ടെങ്കിൽ അത് ഭേദമായിരിക്കും! ഇത് എന്റെ ഉറപ്പാണ്."

എല്ലാവരും അത്ഭുതത്തോടെ അമ്മൂമ്മയെ നോക്കി. പിന്നെ ആരും ഒന്നും പറഞ്ഞില്ല.

അന്നു രാത്രി മൂസയ്ക്ക് ഉറങ്ങാൻ കഴിഞ്ഞില്ല. 'അറിയാതെയാ ണെങ്കിലും ഞാൻ ഒരു തെറ്റു ചെയ്തിരിക്കുന്നു. അതും മൂന്നു വയസ്സുള്ള ഒരു കുട്ടിയോട്.' തീവ്രമായി ആഗ്രഹിക്കുന്ന കാര്യം ജീവിതത്തിൽ സംഭവിക്കുമെന്ന് പൗലോ കൊയ്‌ലോയുടെ 'ആൽക്കെമിസ്റ്റ്' എന്ന പുസ്തകത്തിൽ വായിച്ചത് അവനോർത്തു. 'പക്ഷെ ഞാൻ ചീങ്കണ്ണി വരണമെന്ന് ആഗ്രഹിച്ചിട്ടില്ല. ചീങ്കണ്ണിയെപ്പറ്റി ഒരു നുണ പറഞ്ഞതു മാത്രമേയുള്ളൂ.'

രണ്ടു വർഷം മുമ്പ് എറണാകുളത്തു കൂടി അലഞ്ഞു തിരിയുമ്പോൾ ഒരു കവിയാണ് അവനാ പുസ്തകം കൊടുത്തത്.

"ഇത് ഒരു നശിച്ച പുസ്തകമാണ്. ഇതിൽ പറയുന്നതൊക്കെ കളവാണ്," എന്നു പറഞ്ഞു കൊണ്ട്.

തലേന്നു കളിയുള്ള സ്റ്റേഡിയത്തിലേക്ക് പിറ്റേന്ന് അതിരാവിലെ തന്നെ അവൻ പോകുമായിരുന്നു. ചിലപ്പോൾ ആരു ടെയെങ്കിലും പോക്കറ്റിൽ നിന്നു വീണുപോയ അഞ്ചോ പത്തോ രൂപയോ നാണയങ്ങളോ കിട്ടുമായിരുന്നു. അന്ന് ഒന്നും കിട്ടിയില്ല. ഉച്ചയായിട്ടും എവിടെ നിന്നും ഭക്ഷണവും കിട്ടിയില്ല. അങ്ങനെയാണ് സ്റ്റേഡിയത്തിൽ ഒന്നു കൂടി തിരയാൻ അവൻ പോകുന്നത്.

സിമന്റു ഗാലറികളിൽ കോളേജിൽ പഠിക്കുന്ന ഇരുപതോളം ചേട്ടൻമാർ ഇരിപ്പുണ്ട്. അവരുടെ നടുവിൽ താടിയും മീശയും മുടിയും നരച്ച്, അൽപ്പം കഷണ്ടിയുള്ള പ്രായമുള്ള ഒരാൾ ഇരുന്നു പാട്ടു പാടുന്നു.

"മഹാഗുരോ, സ്വീകരിച്ചാലും
ഇതാ നാക്കിലയിലെൻ
വാക്കിൻ പെരുവിരൽ..... "

എന്ന അയാളുടെ പാട്ടിന്റെ ചില വരികൾ അവനിപ്പോഴും ഓർമ യുണ്ട്. വിശപ്പ് മറന്നു കുറേ സമയം അവനാ പാട്ടു കേട്ടു നിന്നു.

"യാത്ര പുരുഷ ലക്ഷണമാണ്

യാതന അതിലുൾച്ചേർന്നിരിക്കുന്നു"

"ഞാൻ ചെയ്യുണമെന്നാഗ്രഹിച്ച നന്മയല്ല

ഞാൻ ചെയ്യരുതെന്നാഗ്രഹിച്ച തിന്മയാണ്

ഞാൻ ചെയ്തു കൊണ്ടിരിക്കുന്നത്..... "

എന്നൊക്കെയാണ് അയാൾ പാടുന്നത്. അവന് ഒന്നും മനസ്സി ലായില്ല. രാത്രി എന്നും കിടക്കാറുള്ള കടത്തിണ്ണയിൽ കിടക്കാൻ ചെന്നപ്പോൾ ആ പാട്ടുകാരൻ അവിടെക്കിടക്കുന്നു. അയാൾ കൊടു ത്തതാണ് 'ആൽക്കെമിസ്റ്റ്'' എന്ന പുസ്തകം.

"നിനക്കു തരാൻ ഒന്നും എന്റെ കൈയിലില്ല. വേണ്ടാത്ത ഒരു പുസ്തകം ഉണ്ട്." എന്നു പറഞ്ഞ്. അന്നു രാത്രി സ്ട്രീറ്റ് ലൈറ്റിന്റെ വെളി ച്ചത്തിലിരുന്ന് അവനതു വായിച്ചു തീർത്തു. നന്നായി ഇഷ്ടപ്പെടുകയും ചെയ്തു.

ആ പുസ്തകത്തിന്റെ ഉള്ളടക്കത്തെക്കുറിച്ചുള്ള ഓർമകൾ മൂസയേ മെല്ലെ ഉറക്കത്തിലേക്കു കൂട്ടിക്കൊണ്ടു പോയി.

കുട്ടിപ്പോലീസുകാരുടെ വിരട്ടൽ!

രാവിലെ അഞ്ചു മണിക്ക് മൂസ സുഗുണേട്ടന്റെ മുറിയുടെ വാതിലിൽ മുട്ടി. സുശീല ചേച്ചിയാണ് വാതിൽ തുറന്നത്. മൂസയെ കണ്ടതും അൽപ്പം ദേഷ്യത്തോടെ അവർ ചോദിച്ചു:

"ങ്ഹേ, നീയാണോ? എന്താടാ നേരം വെളുക്കുന്നതിന് മുമ്പ് ഉറങ്ങുമ്പോൾ വിളിച്ച് ശല്യം ചെയ്യുന്നത്?"

"റോസ് മോളേ കാണാൻ വന്നതാ ചേച്ചീ."

"അവളുറങ്ങുകയാ."

മൂസ അനുവാദം ചോദിക്കാതെ മുറിയിൽ കയറി ഉറങ്ങിക്കിടന്നിരുന്ന റോസ് മോളേ എടുത്തു പുറത്തിറങ്ങി. അത്ഭുത മരത്തിനടുത്തേക്ക് ഒറ്റയോട്ടം!

"എന്റെ മോളേ നീ എവിടെ കൊണ്ടു പോകുവാടാ?" സുശീല ചേച്ചി വിളിച്ചു ചോദിച്ചതിന് മറുപടി പറയാൻ മൂസ നിന്നില്ല.

ഓട്ടത്തിനിടയിൽ റോസ് മോൾ ഉണർന്ന് കരയാൻ തുടങ്ങി. എന്നാൽ താൻ മൂസയുടെ കൈയിലാണുള്ളതെന്ന് മനസ്സിലാക്കിയപ്പോൾ അവൾ കരച്ചിൽ നിർത്തി.

അത്ഭുത വൃക്ഷത്തിന്റെ ചുവട്ടിൽ റോസിനെ നിർത്തി മൂസ അവളുടെ രണ്ടു കൈകളും പിടിച്ച് മരത്തിൽ തൊടീച്ചു. അത്ഭുതം വീണ്ടും സംഭവിച്ചു. റോസിന്റെ കാലിലെ മുറിപ്പാടുകളുടെ കല പോലും കാണാതായി! റോസിന്റെ മുഖം ഒരു മാലാഖയുടേതു പോലെ വെട്ടിത്തിളങ്ങി.

അത്ഭുത വൃക്ഷത്തിനു മനസ്സിൽ നന്ദി പറഞ്ഞ് മൂസ റോസിനെയു

മെടുത്ത് തിരിഞ്ഞു നടന്നു. അപ്പോഴേക്കും കുഞ്ഞിനെ അന്വേഷിച്ച് സുഗുണേട്ടനും സുശീല ചേച്ചിയും മുറ്റത്തെത്തിയിരുന്നു. കുട്ടിയെ അമ്മയുടെ കൈയിൽ കൊടുത്തിട്ട് മൂസ പറഞ്ഞു:

"ഇതാ നിങ്ങളുടെ കുഞ്ഞിനെ ഒരു പോറൽ പോലുമില്ലാതെ ഞാൻ തിരിച്ചു തന്നിരിക്കുന്നു."

അവരിരുവരും കുട്ടിയുടെ കാൽ പരിശോധിച്ച് എന്താണ് സംഭവിച്ചതെന്നറിയാതെ അതിശയിച്ചു!

ഗേറ്റിനപ്പുറത്തു നിന്നും പത്രക്കാരന്റെ മണിയടി ശബ്ദം മൂസ കേട്ടു. അവൻ പത്രമെടുത്ത് സിറ്റൗട്ടിൽ വന്നിരുന്ന് വായന തുടങ്ങി.

വായന മതിയാക്കി പല്ലു തേപ്പിനും കുളിയ്ക്കുമായി മൂസ പുഴയിലേക്കു പോവാനൊരുങ്ങുകയായിരുന്നു. അപ്പോൾ കുട്ടികൾ സംഘമായി വന്ന് മൂസയെ ചോദ്യം ചെയ്യാൻ ആരംഭിച്ചു.

"ഭരത് ചേട്ടൻ എങ്ങോട്ടാ?" ദിനേശ് ചോദിച്ചു.

"ഒന്നു കുളിക്കാൻ പോകുവാ."

"ആ ചീങ്കണ്ണിയുടെ അടുത്തേക്കു തന്നെയാണോ പോകുന്നത്?" വിനോദിന്റെ ചോദ്യം.

"അതിനെ ചേട്ടൻ വളർത്തുന്നതാണോ?" വിജിയാണ്.

"ചേട്ടൻ അറിഞ്ഞു കൊണ്ടാണ് ഞങ്ങളെ ഇന്നലെ ചീങ്കണ്ണിയുള്ള പുഴയിലേക്ക് കൊണ്ടു പോയത്, അല്ലേ?" ഗണേശന്റെ ചോദ്യം.

മൂസ വിനയത്തോടെ പറഞ്ഞു:

"അയ്യോ മക്കളേ, എനിക്കറിയില്ലായിരുന്നു. ജീവിതത്തിൽ ആദ്യമായാണ് ഞാനിന്നലെ ചീങ്കണ്ണിയെ കാണുന്നത്."

"നീ ഞങ്ങടെ റോസ് മോളുടെ കാലിൽ ചീങ്കണ്ണിയേക്കൊണ്ടു കടിപ്പിച്ചില്ലേ?" മനോജിന്റെ ചോദ്യം.

"എപ്പോ?" മൂസ ഒന്നും അറിയാത്തതു പോലെ പറഞ്ഞു.

"ചീങ്കണ്ണി ഇന്നലെ എന്റെ കൈയിലല്ലേ കടിച്ചത്? കണ്ടോ?"

മൂസ കൈകൾ ഉയർത്തിക്കാണിച്ചു.

"റോസ് മോളുടെ കാലിലല്ലേ ആദ്യം കടിച്ചത്?" ഗ്രീഷ്മയുടെ അലർച്ച.

"നിങ്ങളെന്തിനാ പിള്ളേരേ എല്ലാവരും ചേർന്ന് വെറുതെ നുണ പറയുന്നത്?"

"അപ്പോൾ റോസ് മോളുടെ കാലിൽ മുതലയുടെ പല്ലിറങ്ങിയ

നാല് മുറിവുകൾ ഉണ്ടായത് എങ്ങനെയാ?" ലിജിയുടെ ചോദ്യം.

"എന്തു മുറിവ്? വെറുതേ നുണ പറഞ്ഞുണ്ടാക്കല്ലേ? റോസ് മോളുടെ കാലിൽ മുറിവു കാട്ടിത്തന്നാൽ നിങ്ങൾ പറയുന്ന എന്തു ശിക്ഷയും ഞാൻ സ്വീകരിക്കാം."

"ചേട്ടനേക്കൊണ്ട് ഞങ്ങൾ ആയിരം വട്ടം ഏത്തമിടീക്കും." വിക്രു പറഞ്ഞു.

"ശരി, സമ്മതിച്ചു."

കുട്ടികൾ റോസ് മോളുടെ അടുത്തേക്ക് ഓടി. മൂസ ചിരിച്ചു കൊണ്ട് പുഴയോരത്തേക്കും നടന്നു.

കുളി കഴിഞ്ഞെത്തിയപ്പോൾ കുട്ടികൾ വീണ്ടും മൂസയെ കാത്തു നിൽപ്പാണ്. അകത്തേക്കു പോവാനൊരുങ്ങിയ മൂസയെ കുട്ടികൾ വളഞ്ഞു.

"അങ്ങനെയങ്ങ് പോവണ്ട. ഞങ്ങൾക്ക് ചിലത് ചോദിക്കാനുണ്ട്." ഹരീഷാണു പറയുന്നത്.

"ചേട്ടൻ കുട്ടിച്ചാത്തനാണോ?" വിജി ചോദിക്കുന്നു.

"മായാവിയാണോ ലുട്ടാപ്പിയാണോ?" ഹരിയുടേതാണ് ചോദ്യം.

മൂസ എല്ലാവർക്കുമുള്ള ഉത്തരമായി ഒരു പാട്ടു പാടി;

"ലുട്ടാപ്പിയല്ല മായാവിയല്ല
കുട്ടിച്ചാത്തനുമല്ല
മാന്ത്രികനല്ല താന്ത്രികനല്ല
അത്ഭുത ശക്തിയുമില്ല
അപ്പാപ്പന്റേം അമ്മാമ്മേടേം
കരുണയിലിങ്ങനെ ജീവിക്കും
അച്ഛനുമമ്മയുമില്ലാത്തൊരു
അനാഥ ബാലകനല്ലോ!
പാവം, അനാഥ ബാലകനല്ലോ!"

മൂസയുടെ പാട്ടു കേട്ട് കനിവു തോന്നി കുട്ടികൾ വഴി മാറിക്കൊടുത്തു.

കുഞ്ഞുലക്ഷ്മിച്ചേച്ചിയുടെ സങ്കടം!

മൂസയേക്കാണുമ്പോൾ കുട്ടികൾ വഴിമാറി നടക്കുന്നു, മൂസയേ നോക്കി എന്തൊക്കെയോ തമ്മിൽത്തമ്മിൽ ചെവിയിൽ കുശു കുശുക്കുന്നു...! തനിക്കെതിരേ പിള്ളേർ എന്തോ ഗൂഢാലോചന നടത്തുന്നുണ്ടോയെന്ന് മൂസയ്ക്കൊരു സംശയം തോന്നി.

കവുങ്ങുകൾക്കിടയിൽ വാഴ നടാനുള്ള കുഴി എടുത്തു കൊണ്ടിരി ക്കുകയായിരുന്നു മൂസ. അപ്പോൾ വിക്രു അടുത്തേക്കു വന്നു. ബാക്കി കുട്ടിപ്പട്ടാളമൊക്കെ അൽപ്പം ദൂരെ മാറി നിൽപ്പുണ്ട്.

"എന്താടാ, എന്നോടു പിണക്കത്തിലാണോ എല്ലാവരും?"

"ഭരത് ഏട്ടൻ ഞങ്ങൾക്ക് ഒരു സഹായം ചെയ്തു തന്നാൽ കൂട്ടു കൂടാം."

"എന്താ നിങ്ങളുടെ ആവശ്യം? കേൾക്കട്ടെ."

"ഞങ്ങൾക്ക് കളിക്കാൻ ഒരു ഊഞ്ഞാല് കെട്ടിത്തരണം."

"അത്രേയുള്ളോ? അതു ഞാനേറ്റു. പക്ഷേ എവിടെ കെട്ടും?"

ഊഞ്ഞാല് കെട്ടാൻ പറ്റിയ വൃക്ഷക്കൊമ്പുകളൊന്നും മൂസ നോക്കി യിട്ട് കണ്ടില്ല. ഒടുവിൽ മൂസ തന്നെ ഒരു ഉപായം കണ്ടു പിടിച്ചു.

"രണ്ടു കവുങ്ങുകൾക്കിടയിൽ കുറുകെ നല്ല ബലമുള്ള മുള വെച്ചു കെട്ടിയാൽ അതിൽ ഊഞ്ഞാല് കെട്ടാം. പക്ഷെ പുഴയോരത്തു പോയി മുളയും അതമ്പു വള്ളിയും കൊത്തിക്കൊണ്ടു വരണം."

"ഞങ്ങളും വരുന്നു." കുട്ടികൾ ഒരേ സ്വരത്തിൽ പറഞ്ഞു.

"നിങ്ങളാരും വരേണ്ട. ഞാൻ ഒറ്റയ്ക്കു പൊയ്ക്കോള്ളാം. ചീങ്കണ്ണി അവിടെത്തന്നെ ഉണ്ടാവും. ഇന്നാരെയാണ് പിടിക്കുന്നതെന്ന്

പറയാൻ പറ്റില്ല!" മൂസ അവരെ പിൻതിരിപ്പിക്കാൻ ശ്രമിച്ചു.

അപ്പോൾ കൂട്ടത്തിൽ മുതിർന്നവനായ ദിനേശ് ഒരു നിർദ്ദേശം വെച്ചു.

"കുട്ടികളാരും വരേണ്ട. മുതിർന്നവർ മാത്രം പോയാൽ മതി."

മൂസയ്ക്ക് ചിരിക്കാതിരിക്കാൻ കഴിഞ്ഞില്ല. അവൻ ചോദിച്ചു;

"ഇതിലാരാ മുതിർന്നവരുള്ളത്? പതിനഞ്ചു വയസ്സു കഴിഞ്ഞവരൊക്കെ കൈ പൊക്ക്."

ഒരു കൈ പോലും ഉയർന്നില്ല.

"എങ്കിൽ പോട്ടെ. പത്തു വയസ്സു കഴിഞ്ഞവരൊക്കെ കൈ പൊക്ക്."

ദിനേശും ഗണേഷും ഹരീഷും വിനോദും ജ്യോതിയും വിജിയും ലിജിയും ഷാജിയും മനോജും കൈ ഉയർത്തി. ഒൻപതു പേർ.

അപ്പോൾ ഷാജി പറയുകയാണ്: "പെണ്ണുങ്ങളൊന്നും വരേണ്ട. മുതിർന്ന പെണ്ണുങ്ങൾ കുട്ടികളെ നോക്കി വീട്ടിലിരിക്കട്ടെ."

വിജി വിട്ടുകൊടുത്തില്ല.

"അതെന്താടാ ഞങ്ങൾ വന്നാൽ അതമ്പു വള്ളി മുറിയില്ലേ? കുട്ടികളെ നോക്കാൻ അവരുടെ അമ്മയും അച്ഛനുമൊക്കെ ഉണ്ട്."

ഷാജി പിന്നെ ഒന്നും പറഞ്ഞില്ല. എന്നാൽ ചെറിയ പിള്ളേർക്ക് കരച്ചിൽ വന്നു. വിക്രു പിണങ്ങി അകത്തേക്കോടി. അവരെ സമാധാനിപ്പിച്ചു കൊണ്ട് മൂസ പറഞ്ഞു:

"കുഞ്ഞിപ്പിള്ളേർ വിഷമിക്കേണ്ട. ഊഞ്ഞാൽ കെട്ടിയാൽ ആദ്യം അതിലിരുത്തി ആട്ടുന്നത് കുഞ്ഞിപ്പിള്ളേരേ ആയിരിക്കും."

പത്തംഗ സംഘം പുഴക്കരയിലേക്ക് പോവാൻ റെഡിയായി നിൽക്കുമ്പോഴാണ് വിക്രു വന്നു പറയുന്നത്;

"കുഞ്ഞുലക്ഷ്മി ഇളയമ്മ ഭരത് ഏട്ടനെ അന്വേഷിക്കുന്നു."

"ഞാനിപ്പോ വരാം" എന്നു പറഞ്ഞ് മൂസ അകത്തേക്കു പോയി.

കുഞ്ഞിരാമേട്ടന്റെ മുറിയിൽ കുഞ്ഞുലക്ഷ്മി കരഞ്ഞു കലങ്ങിയ കണ്ണുകളുമായി ഇരിക്കുകയാണ്. എന്താ കാര്യം?, എന്ന ഭാവത്തിൽ മൂസ അവരെ നോക്കി.

"നീ വലിയ അത്ഭുത ശക്തിയൊക്കെ ഉള്ള ആളല്ലേ? എനിക്ക് ഒരു സങ്കടമുണ്ട്, നീയതു പരിഹരിച്ചു തരുമോ?"

"എന്താ ചേച്ചിയുടെ സങ്കടം?"

"കല്യാണം കഴിഞ്ഞിട്ട് പതിനൊന്നു വർഷമായി. ഇതുവരെ ഞങ്ങൾക്കൊരു കുഞ്ഞില്ല."

"ഇത്രേയുള്ളോ കാര്യം? ഇതു നമുക്ക് നാളെത്തന്നെ പരിഹരിക്കാം. ചേച്ചി അതിരാവിലെ കുളിച്ച് കുറി തൊട്ട് അമ്പലത്തിൽ പോവുന്നതു പോലെ സെറ്റുസാരിയുമുടുത്ത് റെഡിയായി നിന്നാൽ മതി. ബാക്കി ഞാനേറ്റു. പത്തു മാസം കഴിയുമ്പോൾ ഒരു കുഞ്ഞുവാവ ഇതിലേ ഓടിക്കളിക്കുന്നതു കാണാം!"

കുഞ്ഞുലക്ഷ്മിക്ക് സന്തോഷമായി. മൂസ മൂർച്ചയുള്ള ഒരു വാക്കത്തിയുമെടുത്ത് മുതിർന്ന കുട്ടികളുടെ പട നയിച്ച് പുഴയോരത്തേക്കു പോയി.

പുഴക്കരയിലുള്ള ഇല്ലിക്കൂട്ടത്തിൽ നിന്ന് മൂസ ആദ്യം ഉറപ്പുള്ള ഒരു മുള ചുവടെ വെട്ടി മുറിച്ചു. ചുവടിൽ നിന്നും തണ്ട് വേർപെട്ടെങ്കിലും മുള താഴേക്കു വീഴുന്നില്ല. മറ്റു മുളകളുടെ മുള്ളുകളിൽ തൂങ്ങി നിൽപ്പാണ്. ശക്തിയായി ചുവടു ഭാഗത്തു പിടിച്ച് വലിച്ചു നോക്കി. കിട്ടുന്നില്ല. പിന്നെ എല്ലാ കുട്ടികളെയും കൂട്ടി ഏലേലം പാടി വലിച്ചു നോക്കി. ചില ചില്ലകൾ ഒടിച്ചു കൊണ്ട് മുള മെല്ലെ താഴേക്കു വന്നു.

ചുവടു ഭാഗത്തു നിന്നും പതിനഞ്ചടി നീളമുള്ള ഒരു കഷ്ണം മൂസ മുറിച്ചെടുത്തു. പിന്നെ നീളവും ഉറപ്പുമുള്ള അതമ്പു വള്ളിക്കായി പരതി.

ഒരു ചേരു മരത്തിൽ ആവശ്യത്തിനു നീളമുള്ള ഒരു അതമ്പു വള്ളി വളഞ്ഞു പുളഞ്ഞു കിടക്കുന്നു. മൂസ ആ മരത്തിൽ വലിഞ്ഞു കയറി മുകളിലെത്തിയപ്പോഴാണ് ആ കാഴ്ച കാണുന്നത്! ഇന്നലെ റോസ് മോളെ ആക്രമിച്ച ചീങ്കണ്ണി പുഴയുടെ മറുകരയിൽ, പുഴയിൽ നിന്ന് അൽപ്പം മാറി ചെറിയൊരു വെള്ളക്കെട്ടിൽ ചേറിനിടയിൽ കിടക്കുന്നു!

ചീങ്കണ്ണി വേട്ട!

മൂസ വേഗം അതമ്പു വള്ളി മുറിച്ച് താഴെയിട്ടു. താഴെയിറങ്ങി വന്നപ്പോഴേക്ക് കുട്ടികൾ അത് കമ്പവലിയുടെ വടം പോലെ നിവർത്തിയിട്ടിരുന്നു. മൂസ കുട്ടികളോടു പറഞ്ഞു:

“നിങ്ങൾക്കൊരു ജോലി തരാം. ഇത് പാറക്കല്ലിൽ വെച്ച് ഉരുളൻ കല്ലുകൊണ്ട് ഇടിച്ചു ചതച്ച് കയറു പോലെയാക്കണം.”

“രണ്ട് അറ്റവും ഓരോ മീറ്റർ ചതച്ചാൽ പോരേ ഭരത് ഏട്ടാ?” ദിനേശ് ചോദിച്ചു.

“പോരാ, മുഴുവൻ ചതച്ച് കയറു പോലാക്കണം. ഇത് ഊഞ്ഞാലു കെട്ടാനല്ല. വേറൊരാവശ്യമുണ്ട്.”

അതു പറഞ്ഞ് മൂസ കത്തിയുമായി കുറ്റിക്കാട്ടിലേക്ക് പോയി. കുട്ടികൾക്ക് കാര്യം മനസ്സിലായില്ല. എങ്കിലും അവർ പണി തുടങ്ങി. കുറേ കൽപ്പണിക്കാർ ഒരുമിച്ച് പണിയെടുക്കുന്നതു പോലുള്ള ശബ്ദം പുഴയോരത്തെങ്ങും മുഴങ്ങി.

അഗ്രഭാഗത്ത് V ആകൃതി വരുന്ന ബലമുള്ള കവരക്കമ്പുകൾ ശേഖരിക്കുകയായിരുന്നു മൂസ. പത്തു മിനിറ്റിനുള്ളിൽ നാലെണ്ണം വെട്ടിയെടുത്തു തിരികെ വന്നു. അപ്പോഴേക്കും കുട്ടികൾ അതമ്പു വള്ളിയെ കയറാക്കി മാറ്റിയിരുന്നു.

“രണ്ടു ടീമായി നിന്ന് ഒന്നു വലിച്ചു നോക്കിക്കേ? ബലമുണ്ടോയെന്നറിയണമല്ലോ.” മൂസ നിർദ്ദേശിച്ചു.

“ആണുങ്ങളും പെണ്ണുങ്ങളും തമ്മിൽ വലിക്കാം.” മനോജ് പറഞ്ഞു.

“അതിന് പെണ്ണുങ്ങൾ മൂന്നു പേരല്ലേയുള്ളൂ.” ജ്യോതി ദേഷ്യപ്പെട്ടു.

“അതു സാരമില്ല. ഞാനും നിങ്ങളുടെ കൂടെ കൂടാം. അവരാറു പേരും മറുവശത്തു നിന്നോട്ടെ.” മൂസ പറഞ്ഞു.

വള്ളിവലി തുടങ്ങി. മൂസയുടെ ടീം തോറ്റു പോയി.

“ബെസ്റ്റ് ഓഫ് ത്രീ ആണ്. അടുത്ത രണ്ട് റൗണ്ട് ഞങ്ങൾ നിങ്ങളെ തോൽപ്പിക്കും.” ലിജി നിയമം പറഞ്ഞു.

മൂസ പറഞ്ഞു:

“നമ്മൾ മത്സരം നടത്തിയതല്ല. വള്ളിക്ക് ബലമുണ്ടോയെന്ന് നോക്കിയതാണ്. ഇതിലും രസമുള്ള ഇനമാണ് അടുത്തത്.”

“എന്താ ഭരത് ഏട്ടാ?” കുട്ടികൾ ഒരുമിച്ചു ചോദിച്ചു.

“നമ്മൾ ചീങ്കണ്ണി വേട്ടയ്ക്കു പോകുന്നു. ഇന്നലെ റോസ് മോളെ കടിച്ച ചീങ്കണ്ണിയെ നമുക്ക് ഒരു പാഠം പഠിപ്പിക്കണം. കൊല്ലാനല്ല. ജീവനോടെ പിടിച്ചു കെട്ടണം.”

“അതിന് ചീങ്കണ്ണി എവിടെയുണ്ട്?” വിജി ചോദിച്ചു.

“അതൊക്കെ എനിക്കറിയാം. പുഴയുടെ മറുകരയിലുണ്ട്. ആർക്കാ എന്റെ കൂടെ വരാൻ ധൈര്യമുള്ളത്?”

എല്ലാവരും ഒന്നിച്ചു കൈയുയർത്തി.

മൂസ വള്ളി ചുരുട്ടിയെടുത്ത് മനോജിന്റെ കയ്യിൽ കൊടുത്തു. ദിനേശിന്റെയും ഗണേഷിന്റെയും ഷാജിയുടെയും കൈയിൽ ഓരോ കവരക്കമ്പുകൾ കൊടുത്തു. ഒന്ന് മൂസയും എടുത്തു.

പുഴയുടെ മറുഭാഗത്തെത്തി അനങ്ങാതെ കിടക്കുന്ന ചീങ്കണ്ണിയെ മൂസ അവർക്കു കാണിച്ചു കൊടുത്തു.

“നമ്മൾ രണ്ടു പേർ വീതം രണ്ടു ഭാഗത്തു നിന്ന് അവനെ ആക്രമിക്കണം. കവര കുത്തി പിടിക്കണം. അനങ്ങാൻ സമ്മതിക്കരുത്. വാൽ ഭാഗത്തായിരിക്കണം ഗണേഷ് കുത്തിപ്പിടിക്കേണ്ടത്. ഞാൻ തല ഭാഗത്തും. ദിനേശും ഷാജിയും നടുവു ഭാഗത്തും.” മൂസ വേണ്ട നിർദ്ദേശങ്ങൾ നൽകി.

ചീങ്കണ്ണി ഒരു പ്രശ്നവുമുണ്ടാക്കിയില്ല. ശരീരം കുടഞ്ഞ് ഒന്ന് കുതറി മാറാൻ ശ്രമിച്ചു. പക്ഷേ നടന്നില്ല. മൂസ വിനോദിനെ വിളിച്ച് തന്റെ കമ്പ് അവനു കൈമാറിക്കൊണ്ടു പറഞ്ഞു:

“മുറുക്കിപ്പിടിച്ചോണം.”

എന്നിട്ട് മൂസ മനോജിന്റെ കൈയിൽ നിന്ന് വള്ളി വാങ്ങി തല ഭാഗം മുതൽ ചുറ്റിക്കെട്ടാൻ തുടങ്ങി.

"ഇനി അവന് വായ് തുറക്കാൻ കഴിയില്ല. വിനോദേ നീ കമ്പെടുത്തോളൂ." മൂസ പറഞ്ഞു.

അങ്ങനെ മൂസ തല മുതൽ വാലു വരെ അതിനെ ബന്ധിച്ചു.

"ഇനിയിവനെയൊന്ന് കുളിപ്പിച്ചെടുക്കണം." മൂസ വരിഞ്ഞു കെട്ടിയ ചീങ്കണ്ണിയെ ചേറിൽ നിന്നെടുത്ത് വെള്ളത്തിലേക്കിട്ടു. കുട്ടികൾ അതിനെ കമ്പുകൾ കൊണ്ട് തള്ളി നീക്കി കുളിപ്പിക്കാൻ തുടങ്ങി.

മൂസ ഗൂഗിളിൽ നിന്ന് സ്ഥലത്തെ ഫോറസ്റ്റ് ഓഫീസറുടെ നമ്പർ തപ്പിയെടുത്ത് വിളിച്ചു;

"സർ, പാവയ്ക്കാക്കുന്നിനു താഴെ ഷിറിയപ്പുഴയിൽ നിന്നും ഞങ്ങൾ ഒരു ചീങ്കണ്ണിയെ പിടികൂടി വരിഞ്ഞു കെട്ടിയിട്ടുണ്ട്."

"ആരു പറഞ്ഞു നിങ്ങളോട് ചീങ്കണ്ണിയെ പിടിക്കാൻ? പുഴയിലല്ലാതെ വേറെവിടെയാണ് ചീങ്കണ്ണി ജീവിക്കേണ്ടത്?"

"സർ, ഇത് മനുഷ്യരുടെ ജീവന് ഭീഷണിയാണ്. ധാരാളം ആളുകൾ കുളിക്കുകയും അലക്കുകയും ചെയ്യുന്ന പുഴയാണ് സാർ. ഇന്നലെ ഇത് എന്നെ കടിച്ചു. മൂന്നു വയസ്സുള്ള ഒരു കുട്ടിയെയും ആക്രമിച്ചു. സാറിന് നടപടിയെടുക്കാൻ വയ്യെങ്കിൽ ഞാൻ വനം മന്ത്രിയെ വിളിച്ചോളാം സാർ."

"വേണ്ട, ഞങ്ങൾ വരാം. എവിടേയ്ക്കാ വരേണ്ടത്?"

"ആശാൻ കവലയിൽ വന്നിട്ട് പാവയ്ക്കാ കുന്നിനു മുകളിലുള്ള കേശവനപ്പൂപ്പന്റെ ബംഗ്ലാവിലേക്കു വന്നാൽ മതി."

കുട്ടികൾ നാലു പേർ ചീങ്കണ്ണിയെ തോളിലെടുത്ത് കുന്നു കയറി. മറ്റുള്ളവർ ആർപ്പു വിളികളുമായി പിന്നാലെയും!

മാന്ത്രികക്കനി!

ചീങ്കണ്ണിച്ചുമട് കുട്ടികൾ അപ്പൂപ്പൻ ബംഗ്ലാവിന്റെ മുമ്പിൽ ഇറക്കാൻ തുടങ്ങുമ്പോൾ മൂസ പറഞ്ഞു:

“നിൽക്ക് ഒരു മിനിറ്റ്, ഞാനൊരു ഫോട്ടോ എടുത്തോട്ടെ.”

മറ്റു കുട്ടികളും ചേർന്നു നിന്ന് ഫോട്ടോയ്ക്ക് പോസ് ചെയ്തു. മൊബൈൽ ദിനേശിന്റെ കൈയിൽ കൊടുത്തിട്ട് മൂസ പറഞ്ഞു:

“ഇനി എന്റെ ഒരു ഫോട്ടോ എടുക്ക്.”

കുട്ടികളുടെ കൈകളിൽ നിന്ന് മൂസ ചീങ്കണ്ണിയെ വാങ്ങി തോളിൽ വെച്ച് കലപ്പയേന്തിയ കർഷകനെപ്പോലെ പോസ് ചെയ്തു!

അപ്പോഴേക്കും ഫോറസ്റ്റു കാരുടെ വാഹനം എത്തി. പിന്നാലെ ചാനലുകാർ, വിവരമറിഞ്ഞ് നാട്ടുകാർ..... ആകെ ബഹളമായി. മെമ്പർ പ്രകാശനും ശിങ്കിടികൾക്കൊപ്പം പാഞ്ഞെത്തി.

ചീങ്കണ്ണിയെ പരിശോധിച്ചിട്ട് ഒരു ഓഫീസർ പറഞ്ഞു:

“ഇത് മീൻ മുതലയാണല്ലോ. ഉത്തരേന്ത്യയിലെ നദികളിൽ മാത്രം കാണുന്ന ഇത് ഷിറിയപ്പുഴയിൽ എങ്ങനെയാണ് വന്നത്?”

മറുപടി പറയാൻ പ്രകാശൻ ചാടി വീണു.

“ഇത് മന:പൂർവം ആരോ പുഴയിൽ കൊണ്ടിട്ടതാണ്. പാവയ്ക്കാ കുന്നിലെ പാവങ്ങളെ കുടിയിറക്കാനുള്ള ഖനന മാഫിയയുടെ തന്ത്ര മാണ്.”

നരഭോജിയായ ചീങ്കണ്ണിയെ കുട്ടികൾ പിടിച്ചു കെട്ടിയ വാർത്ത ചാനലുകൾ ലൈവായി റിപ്പോർട്ട് ചെയ്തു. കൂട്ടത്തിൽ പ്രധാനിയെന്നു തോന്നിച്ച ഓഫീസർ മൂസയോട് പറഞ്ഞു:

"ഇതിന്റെ ജീവന് എന്തെങ്കിലും സംഭവിച്ചാൽ ഞങ്ങൾക്ക് നിന്റെ പേരിൽ കേസെടുക്കേണ്ടി വരും."

അപ്പൂപ്പനാണ് മറുപടി പറഞ്ഞത്.

"അതിന് അവന് പതിനാറ് വയസ്സേ ആയിട്ടുള്ളൂ. കുട്ടികളുടെ പേരിൽ കേസെടുക്കാൻ വകുപ്പുണ്ടോ?"

"ഇവന് പ്രായപൂർത്തിയായിട്ടില്ലെങ്കിൽ ഇവന്റെ അച്ഛനും അമ്മയും കൂടി പ്രതികളാവും."

മൂസ ചിരിച്ചുകൊണ്ട് പറഞ്ഞു:

"അതു നന്നായി. അങ്ങനെയെങ്കിലും അവരാരാണെന്ന് എനിക്കു മനസ്സിലാക്കാമല്ലോ."

ഓഫീസർ കീഴുദ്യോഗസ്ഥൻമാരോട് പറഞ്ഞു:

"എടുത്ത് വേഗം വണ്ടിയിൽ കേറ്റ്."

ഫോറസ്റ്റ് കാരുടെ ജീപ്പ് ചീങ്കണ്ണിയെയും കൊണ്ട് പാഞ്ഞു പോയി. ജ്യോതി സങ്കടത്തോടെ പറഞ്ഞു:

"ഊഞ്ഞാലു കെട്ടാനുള്ള നമ്മുടെ വള്ളിയും അവര് കൊണ്ടു പോയി!"

ചാനലുകാർക്ക് ഒരാളുടെ വായിൽത്തന്നെ എല്ലാ മൈക്കുകളും കൊണ്ടെ വെക്കേണ്ടി വന്നില്ല. ഓരോ മൈക്കുകാരനും ഓരോ കുട്ടിയെ പിടികൂടി. കുട്ടികൾ അവർക്കാവും വിധം പൊട്ടിപ്പും തൊങ്ങലും വെച്ച് ചീങ്കണ്ണി വേട്ടയുടെ കഥകൾ ആവേശത്തോടെ വിവരിച്ചുകൊണ്ടിരുന്നു.

പ്രകാശൻ മൂസയുടെ അടുത്ത് വന്ന് പറഞ്ഞു:

"ഇതങ്ങനെ വിട്ടാൽ പറ്റില്ല. ആരാണ് നമ്മുടെ പുഴയിൽ ചീങ്കണ്ണിയെ കൊണ്ടിട്ടതെന്ന് കണ്ടു പിടിക്കണം."

മൂസ ചിരിച്ചതല്ലാതെ മറുപടിയൊന്നും പറഞ്ഞില്ല.

ചാനലുകാരെല്ലാം പോയിക്കഴിഞ്ഞപ്പോൾ കുട്ടികളുടെ വിനോദം ടെലിവിഷനിൽ ചാനലുകൾ മാറ്റി തങ്ങളെത്തന്നെ കണ്ടു കൊണ്ടിരിക്കുക എന്നതായിരുന്നു. എല്ലാവരും ആവേശത്തോടെ വാർത്തകളൊക്കെ നന്നായി ആസ്വദിച്ചു.

'പ്രകാശൻ പറഞ്ഞതിൽ എന്തെങ്കിലും കാര്യമുണ്ടാവുമോ' എന്നാണ് രാത്രി ഉറങ്ങാൻ കിടന്നപ്പോൾ മൂസ ചിന്തിച്ചത്!

കുഞ്ഞുലക്ഷ്മിച്ചേച്ചി രാവിലെ തന്നെ കുളിച്ചൊരുങ്ങിയെത്തി.

അപ്പൂപ്പൻ കുഞ്ഞിരാമനോടു പറഞ്ഞു:

"എടാ കുഞ്ഞിരാമാ, നീയും കൂടി ഇവരുടെ കൂടെ ചെല്ല്. ഒരിക്കൽ നിന്റെ അമ്മയെ തട്ടിക്കൊണ്ടു പോയവനാ ഈ ചെക്കൻ."

"എനിക്ക് ഭരത്തിനെ വിശ്വാസക്കുറവൊന്നുമില്ല അച്ഛാ."

കുഞ്ഞിരാമൻ പറഞ്ഞു.

മൂസ കുഞ്ഞുലക്ഷ്മിച്ചേച്ചിയെ കൂട്ടിക്കൊണ്ടു പോയത് ദൂരേക്കൊന്നുമായിരുന്നില്ല. അത്ഭുത വൃക്ഷത്തിന്റെ അരികിലേക്കായിരുന്നു. വൃക്ഷത്തറയിലേക്ക് ചേച്ചിയെ കൈപിടിച്ചു കയറ്റിയിട്ട് മൂസ പറഞ്ഞു:

"ഇത് ഒരു അത്ഭുത വൃക്ഷമാണ്. വിശ്വാസത്തോടെ മരത്തെ കെട്ടിപ്പിടിച്ച് ചേച്ചിയുടെ ആഗ്രഹം പറഞ്ഞോളൂ."

കുഞ്ഞുലക്ഷ്മി മരത്തെ ഇറുകെ പുണർന്ന് കണ്ണുകളടച്ച് പ്രാർത്ഥിച്ചു. അപ്പോൾ വൃക്ഷത്തിൽ നിന്നും മുന്തിരിങ്ങയെക്കാൾ അൽപ്പം കൂടുതൽ വലിപ്പമുള്ള ചുവപ്പു നിറമുള്ള ഒരു പഴം അവളുടെ തലയിലേക്കു വീണു. മൂസ അത് താഴെ വീഴാതെ പിടിച്ചെടുത്ത് ചേച്ചിക്കു കൊടുത്തിട്ട് പറഞ്ഞു:

"ഇനി പ്രാർത്ഥനയോടെ ഇത് ഭക്ഷിച്ചോളൂ. ചേച്ചിയുടെ ആഗ്രഹം സഫലമാവും. തൽക്കാലം ഇക്കാര്യങ്ങളൊന്നും ആരോടും പറയേണ്ട."

അത്ഭുത വൃക്ഷം നൽകിയ പഴം കുഞ്ഞുലക്ഷ്മിയുടെ നാവിൽ മധുരമുള്ള മഞ്ഞുകട്ട പോലെ അലിഞ്ഞു ചേർന്നു. അവരുടെ മുഖം ഒരു ദേവതയെപ്പോലെ തിളങ്ങി!

ഊഞ്ഞാലാട്ടം!

കുളിക്കാൻ പോയപ്പോൾ മൂസ ഒരു കത്തി കൂടി കരുതി. പുഴയോരത്തെ ഒരു മരത്തിൽ കയറി ഊഞ്ഞാൽ കെട്ടാൻ കൊള്ളാവുന്ന നല്ലൊരു അതമ്പു വള്ളി മുറിച്ചെടുത്തു. ചെറിയ വള്ളികളും ഇലകളുമൊക്കെ നീക്കി അതിന്റെ രണ്ടറ്റവും ഒരു മീറ്റർ വീതം നീളത്തിൽ ചതച്ചെടുത്തു. അതിനു ശേഷമാണ് കുളിക്കാൻ പുഴയിലിറങ്ങിയത്. മൂസ അതമ്പു വള്ളിയുടെ രണ്ടറ്റവും മുളയിൽ അരമീറ്റർ അകലം വെച്ച് കെട്ടിയുറപ്പിച്ചു. ഒന്നര മീറ്റർ അകലത്തിൽ നിൽക്കുന്ന രണ്ട് കവുങ്ങുകളിൽ കയറി മുള നന്നായി കെട്ടിയുറപ്പിച്ചു. ഒരു തെങ്ങിൻ മടലിന്റെ ചുവടു ഭാഗം വെട്ടിയെടുത്ത് ഊഞ്ഞാലിന്റെ ഇരിപ്പിടം ഉറപ്പിച്ചു. 'ഞാൻ, ഞാൻ' എന്നു പറഞ്ഞ് ചെറിയ കുട്ടികൾ തിരക്കു കൂട്ടി.

മൂസ പറഞ്ഞു:

"ആദ്യം ഞാനൊന്ന് ആടി നോക്കട്ടെ. വള്ളിയെങ്ങാനും പൊട്ടിപ്പോയാൽ നിങ്ങൾ മൂക്കും കുത്തി വീഴും!"

മൂസ രണ്ടു വശത്തേയും വള്ളികളിൽ പിടിച്ച് കാൽ വിരലുകൾ കുത്തി പരമാവധി പിന്നോട്ടു പോയി മുന്നോട്ടാടി. കുട്ടികൾ ആർപ്പു വിളിച്ചു. ദിനേശും ഗണേഷും വന്ന് ഊഞ്ഞാൽ ആയത്തിൽ തള്ളി വിട്ടു. ആട്ടം മതിയാക്കി മൂസ താഴെയിറങ്ങി സൗമ്യ മോളെ എടുത്ത് ഊഞ്ഞാൽത്തട്ടിൽ വെച്ചു. രണ്ടു കൈളും വള്ളികളിൽ പിടിപ്പിച്ച് മെല്ലെ ആട്ടിക്കൊടുത്തു കൊണ്ടു പാട്ടു പാടി. കുട്ടികൾ പാട്ടിന്റെ താളത്തിനൊപ്പം കൈ കൊട്ടി.

"ആടു കുഞ്ഞേ ഊഞ്ഞാലിലാട്

പൂങ്കാറ്റു പോലെ താളത്തിലാട്
അച്ഛന്റെ മുത്തല്ലേ ആയത്തിലാട്
അമ്മേടെ കണ്ണല്ലേ വേഗത്തിലാട്
അങ്ങോട്ടുമിങ്ങോട്ടും ആടാട്
അങ്ങേ മല മേലേ നോക്കിയാട്
ആട്ടം കഴിഞ്ഞല്ലോ താഴെ വാ കുഞ്ഞേ
വേറൊരു കുഞ്ഞിനി കേറട്ടെ!"

പക്ഷെ സൗമ്യ മോൾ ഊഞ്ഞാലിൽ നിന്നിറങ്ങാൻ കൂട്ടാക്കിയില്ല. റോസും ശ്രീധന്യയും ബഹളം വെക്കാൻ തുടങ്ങി. അപ്പോൾ മൂസ സൗമ്യയോടു പറഞ്ഞു:

"ഏട്ടൻ ഇനി പത്തു പ്രാവശ്യം കൂടി മോളെ ആട്ടും. അതു കഴിയുമ്പോൾ മോൾ താഴെയിറങ്ങണം. എത്ര പേരാ ഊഞ്ഞാലാടാൻ കാത്തു നിൽക്കുന്നത്? എല്ലാവർക്കും ആടണ്ടേ?"

സൗമ്യമോൾ സമ്മതിച്ചു. മൂസ മെല്ലെ അവളെ ആട്ടി വിട്ടു. മറ്റു കുട്ടികൾ എണ്ണാൻ തുടങ്ങി.

"വൺ, ടൂ, ത്രീ, ഫോർ......."

പിന്നീടുള്ള ദിവസങ്ങളിൽ പകൽ മുഴുവൻ കുട്ടികൾ ഊഞ്ഞാലിനരികിൽത്തന്നെ ആയിരുന്നു. ഇടയ്ക്കെന്തെങ്കിലും കശപിശ ഉണ്ടായാൽ മാത്രം അതു പരിഹരിക്കാൻ മൂസ അവിടേക്കു വരേണ്ടി വന്നു. കുട്ടികളുടെ കളികളും തമാശകളുമായി ദിവസങ്ങൾ സന്തോഷത്തോടെ കടന്നു പോകുന്നത് ആരും ശ്രദ്ധിച്ചില്ല. ശനിയാഴ്ച വൈകുന്നേരം ഭരതേട്ടൻ ദിനേശിനേയും ഗണേഷിനേയും ഹരീഷിനേയും വിളിച്ച് പറഞ്ഞു:

"നാളെ ഉച്ചയൂണു കഴിഞ്ഞ് നമുക്ക് മടങ്ങണം. ലീവു തീർന്നു. തിങ്കളാഴ്ച മുതൽ ഞങ്ങൾക്ക് ഓഫീസിൽ പോകാനുള്ളതാ. ഡ്രസ്സുകളൊക്കെ പായ്ക്കുചെയ്ത് വെച്ചോണം."

മറ്റ് കുട്ടികളുടെ മാതാപിതാക്കളും ഏതാണ്ട് ഇതുപോലുള്ള നിർദ്ദേശങ്ങൾ തന്നെ നൽകി. കുട്ടികളുടെയെല്ലാം മുഖം വാടി.

പിറ്റേന്നു രാവിലെ കുട്ടികളെല്ലാം കവുങ്ങിൻ തോട്ടത്തിൽ ഒരു യോഗം ചേർന്നു. പോവാൻ ആർക്കും ഇഷ്ടമില്ലായിരുന്നു.

"സ്കൂൾ തുറക്കാൻ ഇനിയും രണ്ടാഴ്ച കൂടിയുണ്ടല്ലോ. അച്ഛനും അമ്മയ്ക്കും ജോലിക്കു പോവാൻ തിരക്കുണ്ടെങ്കിൽ അവർ പൊയ്ക്കോട്ടെ. സ്കൂൾ തുറക്കുന്നതു വരെ നമുക്ക് ഇവിടെത്തന്നെ നിൽക്കാം. അപ്പോൾ

അവർ വന്ന് നമ്മളെ കൂട്ടിക്കൊണ്ടു പോയാൽ മതിയല്ലോ."

വിജിയുടെ ഈ അഭിപ്രായം തന്നെയായിരുന്നു എല്ലാവർക്കും. കുട്ടികൾ അവരുടെ മാതാപിതാക്കളുടെ മുന്നിൽ സമരം തുടങ്ങി. ഒടുവിൽ മൂന്നു ചെറിയ കുട്ടികളെ ഒഴിച്ച് മറ്റുള്ളവരെയൊക്കെ അവിടെ നിർത്തിയിട്ടു പോവാമെന്ന് അച്ഛനമ്മമാർ സമ്മതിച്ചു. കുട്ടികൾക്കു സന്തോഷമായി.

അപ്പൂപ്പന്റെ മക്കളും മരുമക്കളുമൊക്കെ മടങ്ങിപ്പോവാനുള്ള തയ്യാറെടുപ്പുകൾ തുടങ്ങി. എന്നാൽ കുഞ്ഞിരാമേട്ടനും കുഞ്ഞുലക്ഷ്മി ചേച്ചിയും മാത്രം കൂളായി നടക്കുകയാണ്. മൂസ അവരോടു ചോദിച്ചു:

"നിങ്ങളിന്ന് പോവുന്നില്ലേ?"

കുഞ്ഞിരാമേട്ടൻ പറഞ്ഞു:

"ഇന്നെന്നല്ല, ഒരിക്കലും ഞങ്ങളിനി അപ്പനെയും അമ്മയേയും വിട്ടു പോവുന്നില്ല."

"നല്ല തീരുമാനം." മൂസ പറഞ്ഞു.

അപ്പോൾ കുഞ്ഞുലക്ഷ്മിച്ചേച്ചി ചോദിക്കുകയാണ്;

"ഇവിടെ ഇത്രയും വലിയ വീടും സൗകര്യങ്ങളുമൊക്കെയുള്ളപ്പോൾ ചേട്ടനെന്തിനാണ് ഇനി കഷ്ടപ്പെട്ട് സെക്യൂരിറ്റിപ്പണിക്ക് പോകുന്നത്?"

മൂസ ചിരിച്ചു കൊണ്ടു പറഞ്ഞു:

"അപ്പൂപ്പനാണെങ്കിൽ ഈ വീടിന് കാവൽ നിൽക്കാൻ ഒരു സെക്യൂരിറ്റിയെ അന്വേഷിച്ചു കൊണ്ടിരിക്കുകയാ."

"അതിനിവിടെ നീയുണ്ടല്ലോ." കുഞ്ഞു ലക്ഷമിച്ചേച്ചി മൂസയെ കളിയാക്കി.

ഊണു കഴിഞ്ഞ് പോവാൻ എല്ലാവരും റെഡിയായി വന്നപ്പോൾ റോസും ശ്രീധന്യയും സൗമ്യയും 'ഞങ്ങൾ വരുന്നില്ല' എന്നു പറഞ്ഞ് കരച്ചിൽ തുടങ്ങി.

അമ്മമാർ പലവിധത്തിൽ ബോധ്യപ്പെടുത്താൻ ശ്രമിച്ചു, പല തരം വാഗ്ദാനങ്ങൾ കൊടുത്തു.....! പഠിച്ച പണി പതിനെട്ടും നോക്കിയിട്ടും ഒരു രക്ഷയുമില്ല.

ഒടുവിൽ മൂന്നു കുട്ടികളെയും പ്രത്യേകം ശ്രദ്ധിക്കണമെന്ന് കുഞ്ഞുലക്ഷ്മിയേയും കുഞ്ഞിരാമനെയും പറഞ്ഞേൽപ്പിച്ച് അച്ഛനമ്മമാർക്ക് പടിയിറങ്ങേണ്ടി വന്നു. ഒൻപതു കാറുകളും കുട്ടികളെക്കൂടാതെ, ഒന്നിനു പിറകെ ഒന്നായി പാവയ്ക്കാക്കുന്നിറങ്ങാൻ തുടങ്ങി.

കുട്ടികളുടെ റിപ്പബ്ലിക്ക്!

അടുത്ത ദിവസം രാവിലെ കുളി കഴിഞ്ഞ് മടങ്ങി വരുമ്പോൾ മൂസ കൗതുകകരമായ ഒരു കാഴ്ച കണ്ടു. കുട്ടികൾക്കായി കെട്ടിയ ഊഞ്ഞാലിൽ അപ്പൂപ്പൻ ഒറ്റയ്ക്കിരുന്ന് ആടുന്നു! ചെറിയൊരു മൂളിപ്പാട്ടും പാടുന്നുണ്ട്. ആള് നല്ല ഉന്മേഷത്തിലും സന്തോഷത്തിലുമാണ്. മൂസയ്ക്ക് കാര്യം മനസ്സിലായി.

"അപ്പാപ്പൻ ഞാനറിയാതെ കെട്ടിപ്പിടി വൈദ്യം പരീക്ഷിച്ചു നോക്കി അല്ലേ?"

"എന്റെ കെട്ട്യോളാടാ എന്നെ മരത്തിനടുത്തേക്ക് പിടിച്ചു വലിച്ചു കൊണ്ടു പോയത്. ഇപ്പോൾ ഞാനും നിന്നെപ്പോലെ ചെറുപ്പക്കാരനായി!"

അച്ഛനമ്മമാരൊക്കെ പോയപ്പോൾ കുട്ടികൾ സ്വയം സ്വാതന്ത്ര്യം പ്രഖ്യാപിച്ചു. പരസ്പരം വെല്ലു വിളിക്കാനും ഇടി കൂടാനുമൊക്കെ തുടങ്ങി.

ചായകുടി കഴിഞ്ഞപ്പോൾ അമ്മൂമ്മ വാങ്ങാനുള്ള സാധനങ്ങളുടെ ലിസ്റ്റുമായി വന്നു. മൂസയുടെ മനസ്സിലും ചില കണക്കു കൂട്ടലുകൾ ഉണ്ടായിരുന്നു. 'കുട്ടികൾക്ക് കളിക്കാനുള്ള ഉപകരണങ്ങളും വായിക്കാനുള്ള കുറേ പുസ്തകങ്ങളും വാങ്ങണം. എപ്പോഴും ഇങ്ങനെ തല്ലു കൂടി നടന്നാൽ ശരിയാവില്ലല്ലോ!'

ജീപ്പ് സ്റ്റാർട്ടാക്കുമ്പോഴേക്ക് കുട്ടികൾ കൂട്ടത്തോടെ ഓടിയെത്തി.

"ഭരത് ഏട്ടന്റെ കൂടെ ഞങ്ങളും ടൗണിലേക്കു വരുന്നു." അതാണ് കുട്ടികളുടെ ആവശ്യം.

"എല്ലാവർക്കും ഇരിക്കാൻ ഈ ജീപ്പിൽ സ്ഥലമില്ലല്ലോ. ഒരു കാര്യം ചെയ്യാം. ഒരു ദിവസം രണ്ടു പേരേ വീതം കൊണ്ടുപോവാം."

"ഊഞ്ഞാലാട്ടം ചെറിയവർ തൊട്ടല്ലേ തുടങ്ങിയത്? ടൗണിൽ പോവുന്നത് വലിയവർ തൊട്ടു തുടങ്ങാം." വിജിയുടെ ഡിമാന്റാണ്.

അങ്ങനെ ദിനേശിനേയും വിജിയേയും മൂസ ജീപ്പിൽ കയറ്റി.

അമ്മൂമ്മ കൊടുത്ത ലിസ്റ്റിലെ സാധനങ്ങളെല്ലാം വാങ്ങിക്കഴിഞ്ഞപ്പോൾ മൂസ കളിയുപകരണങ്ങൾ വിൽക്കുന്ന കടയിലേക്കു വിട്ടു. ഒരു ഫുട്ബോൾ, ഒരു വോളി ബോൾ, ബാഡ്മിന്റൻ കളിക്കുന്ന നാല് ബാറ്റുകൾ, രണ്ട് ക്രിക്കറ്റ് ബാറ്റ്, ക്രിക്കറ്റ് ബോളുകൾ, ഷട്ടിൽ കോക്കുകൾ, നെറ്റുകൾ എന്നിവയൊക്കെ മൂസ വാങ്ങി. പിന്നെ വിജിയുടെ നിർദ്ദേശ പ്രകാരം വലിയൊരു കാരംസ് ബോർഡും ദിനേശിന്റെ നിർദ്ദേശ പ്രകാരം ചെസ്സ് ബോർഡും!

"നിങ്ങൾക്ക് പുസ്തകങ്ങൾ വായിക്കാൻ ഇഷ്ടമാണോ?" മൂസ ചോദിച്ചു.

"രസമുള്ള കഥകളാണെങ്കിൽ വായിക്കാം." വിജി മറുപടി പറഞ്ഞു.

മൂസ വലിയൊരു പുസ്തകക്കടയിലേക്കു വിട്ടു. ദിനേശും വിജിയും അവർക്കു വേണ്ട പുസ്തകങ്ങൾ തിരഞ്ഞെടുത്തു.

"ചെറിയ കുട്ടികൾക്കു പറ്റിയ പുസ്തകങ്ങൾ കൂടി എടുക്കണേ." മൂസ അവരെ ഓർമ്മിപ്പിച്ചു.

പുസ്തകക്കടയിലൂടെ നടക്കുമ്പോൾ മൂസ ഒരു പുസ്തകത്തിന്റെ പുറം ചട്ടയിൽ പരിചയമുള്ള ഒരാളുടെ മുഖം കണ്ടു. രണ്ടു വർഷം മുമ്പ് അവന് 'ആൽകെമിസ്റ്റ്' എന്ന പുസ്തകം സമ്മാനിച്ച കവിയുടെ ചിത്രം. 'ലൂയിസ് പീറ്ററിന്റെ കവിതകൾ' എന്നാണ് പുസ്തകത്തിന്റെ പേര്. മൂസ ആ പുസ്തകം കൂടി വാങ്ങി.

കുട്ടികൾ ഒരു കെട്ടു പുസ്തകങ്ങൾ തിരഞ്ഞെടുത്തിരുന്നു. മൂസ അതിന്റെ കൂടെ കുറേ കളറിങ്ങ് ബുക്കുകളും ക്രയോൺസിന്റെയും വാട്ടർ കളറിന്റെയും പാക്കറ്റുകളും കൂടി എടുത്തു വെച്ചു. മിന്നാമിന്നിയും കളിക്കുടുക്കയും പോലുള്ള ചെറിയ മാസികകളും വാങ്ങി.

മൂസ ജീപ്പ് സ്റ്റാർട്ടാക്കാനൊരുങ്ങുമ്പോൾ ദിനേശ് ചോദിച്ചു:

"ഭരത് ഏട്ടാ, ഞങ്ങൾക്ക് ഐസ് ക്രീം വാങ്ങിത്തരുമോ?"

"സമയം കുറേ വൈകിയില്ലേ? വീട്ടിലെത്തുമ്പോൾ അമ്മാമ്മ വഴക്കു പറയും. നമുക്ക് പാഴ്സൽ വാങ്ങി വീട്ടിൽ കൊണ്ടുപോയി കഴിച്ചാൽ പോരേ?"

കുട്ടികൾ അതു സമ്മതിച്ചു. മൂസ അടുത്തു കണ്ട ബേക്കറിയിൽ നിന്ന് അഞ്ചു ലിറ്ററിന്റെ രണ്ട് 'ബട്ടർസ്കോച്ച്' ഫാമിലി പായ്ക്കുകൾ വാങ്ങി.

മടക്കയാത്രയ്ക്കിടയിൽ വിജി പറഞ്ഞു:

"എന്റെ അച്ഛനോടും അമ്മയോടും എന്തു വാങ്ങിത്തരണമെന്നാവശ്യപ്പെട്ടാലും 'പണമില്ല, പണമില്ല' എന്നു പറയും! ഭരത് ഏട്ടന് ജോലിയൊന്നുമില്ലാഞ്ഞിട്ടു പോലും എവിടെ നിന്നാണ് ഇത്രയും പണം?"

"എല്ലാം ദൈവത്തിന്റെ അനുഗ്രഹം!'

മൂസ മറുപടി കൊടുത്തു.

"ദൈവം നേരിട്ടു വന്ന് ഭരത് ഏട്ടന് പണം തരുമോ?" ദിനേശിന്റേതാണ് ചോദ്യം.

മൂസ കുടുങ്ങി. പിന്നെ അമ്മൂമ്മയുണ്ടാക്കിയ ആ നുണക്കഥ അവരോടു പറഞ്ഞ് തടിതപ്പി. ഭാഗ്യത്തിന് കുട്ടികൾ അത് വിശ്വസിച്ചു!

മൂസ കൊണ്ടുവന്ന സമ്മാനങ്ങൾ കണ്ട് കുട്ടികൾ ആഹ്ലാദത്താൽ മതി മറന്നു. ചിലർ വായന തുടങ്ങി. ചിലർ മുറ്റത്തിറങ്ങി ഫുട്ബോൾ തൊഴിച്ചു കളിക്കാൻ തുടങ്ങി. ഐസ്ക്രീം പാക്കറ്റുകൾ കുഞ്ഞു ലക്ഷമിച്ചേച്ചിയെ ഏൽപ്പിച്ചിട്ടു മൂസ പറഞ്ഞു:

"എല്ലാവർക്കും കൃത്യമായി വീതിച്ചു കൊടുക്കണം. അല്ലെങ്കിൽ പിള്ളേർ വഴക്കുണ്ടാക്കും."

പിന്നെ മുറ്റത്തിറങ്ങി പിള്ളേരെയെല്ലാം വിളിച്ചു കൂട്ടി മൂസയൊരു പ്രഖ്യാപനം നടത്തി.

"ഉച്ചയൂണു കഴിഞ്ഞ് ചെറിയൊരു വിശ്രമത്തിനു ശേഷം കൃത്യം രണ്ടരയ്ക്ക് നമ്മൾ കോർട്ടുകളുടെ പണി തുടങ്ങുകയാണ്. ക്രിക്കറ്റിനും ഫുട്ബോളിനും കൂടി ഒരു കോർട്ടു മതി. പിന്നെ വോളിബോൾ കോർട്ടും ഷട്ടിൽ കോർട്ടും ഉണ്ടാക്കണം. എല്ലാവരും ചേർന്നു പണിയെടുത്താൽ നമുക്ക് മൂന്നു ദിവസം കൊണ്ട് പണി പൂർത്തിയാക്കാം."

കുട്ടികൾ ആവേശത്തോടെ ആർപ്പു വിളിച്ചു. മൂസ മൊബൈലെടുത്ത് കോർട്ടുകളുടെ നീളവും വീതിയും എത്രയെന്ന് ഗൂഗിളിൽ തിരയാൻ തുടങ്ങി!

അതിഥികൾ മടങ്ങുന്നു!

ഗ്രൗണ്ട് നിർമ്മാണം ഒരു കളി പോലെയായിരുന്നു കുട്ടികൾക്ക്. എല്ലാവരും ആവേശത്തോടെ തങ്ങൾക്കു കഴിയാവുന്ന ജോലികൾ ചെയ്തു.

മൂസ നീളമുള്ള പ്ലാസ്റ്റിക് ചരടു കൊണ്ട് ബൗണ്ടറികൾ അടയാളപ്പെടുത്തിക്കൊടുത്തു. പുല്ലു ചെത്തുന്നതും മണ്ണു നീക്കുന്നതുമായ ജോലികൾ കുട്ടികൾ തന്നെ ചെയ്തു. ഗോൾ പോസ്റ്റ് ഉണ്ടാക്കാനും നെറ്റ് കെട്ടാൻ വേണ്ട തൂണുകൾക്കുമായി തല പോയ നാലു കവുങ്ങുകൾ മൂസ കൊത്തിയിട്ടു.

നാലാമത്തെ ദിവസം കോർട്ടുകളെല്ലാം റെഡിയായി. ഒരു കളിയും കളിച്ചിട്ടില്ലെങ്കിലും എല്ലാ കളികളുടെയും നിയമങ്ങൾ മൂസയ്ക്കറിയാമായിരുന്നു. തെരുവുകളിലൂടെ അലഞ്ഞു നടക്കുമ്പോൾ ചേട്ടൻമാർ കളിക്കുന്നത് അവൻ ധാരാളം കണ്ടിട്ടുണ്ട്.

ഫുട്ബോളും ക്രിക്കറ്റും വോളിബോളുമൊക്കെ അവർ രണ്ടു ടീമുകളായി തിരിഞ്ഞു കളിച്ചു. രാത്രിയിൽ കാരംസും ചെസ്സും കളിച്ചു.

ദിവസങ്ങൾ കടന്നു പോവുന്നത് കുട്ടികൾ അറിഞ്ഞില്ല. എങ്കിലും ആ ദിവസം വരിക തന്നെ ചെയ്തു. അവരുടെ മാതാപിതാക്കൾ മക്കളെ കൂട്ടിക്കൊണ്ടു പോവാൻ കാറുകളുമായി എത്തി!

പിരിയാൻ ആർക്കും ഇഷ്ടമല്ലായിരുന്നുവെങ്കിലും വേറെ നിവൃത്തിയില്ലായിരുന്നു. അവരുടെ സ്കൂളുകൾ നാളെ തുറക്കുകയാണ്.

പുസ്തകങ്ങൾ മൂസ കുട്ടികൾക്ക് പകുത്തു നൽകി. അമ്മൂമ്മ എല്ലാ കുട്ടികൾക്കും ഓരോ സ്വർണ്ണ നാണയം വീതം സമ്മാനമായി

നൽകി. അപ്പൂപ്പൻ എല്ലാവർക്കും ഓരോ ഉമ്മ നൽകി. മൂസയോട് യാത്ര പറഞ്ഞ് കരഞ്ഞു കൊണ്ടാണ് കുട്ടികൾ പടിയിറങ്ങിയത്!

അമ്മൂമ്മ പറഞ്ഞു:

"എന്തൊരു രസമായിരുന്നു അല്ലേ? ജീവിതത്തിലൊരിക്കലും ഞാൻ ഇത്രയധികം സന്തോഷിച്ചിട്ടില്ല."

അപ്പൂപ്പൻ പറഞ്ഞു:

"ജീവിതത്തിലൊരിക്കലും ഞാൻ പണം സമ്പാദിക്കുന്നതിനെപ്പറ്റി ചിന്തിച്ചിട്ടില്ല. അന്നന്നത്തെ കാര്യം കഴിഞ്ഞു പോകുന്നതിനെപ്പറ്റിയായിരുന്നു എപ്പോഴും ശ്രദ്ധ. എങ്കിലും മക്കൾക്കൊക്കെ നല്ല വിദ്യാഭ്യാസം കൊടുത്തു. അവർക്കൊക്കെ നല്ല ഉദ്യോഗങ്ങൾ കിട്ടി. അപ്പോൾ അവർക്ക് ഞങ്ങളെ വേണ്ടാതായി! ഇപ്പോൾ എനിക്ക് ഒരു കാര്യം ബോധ്യമായി. സന്തോഷമുണ്ടാകണമെങ്കിൽ സമ്പത്തു കൂടി വേണം!"

കുഞ്ഞിരാമേട്ടന്റെ പരിഭവം മറ്റൊന്നായിരുന്നു:

"അമ്മ എല്ലാ മക്കൾക്കും സ്വർണ്ണ നാണയങ്ങൾ കൊടുത്തിട്ട് എനിക്കു മാത്രം ഒന്നും തന്നില്ലല്ലോ."

"മക്കൾക്കാർക്കും ഞാൻ കൊടുത്തിട്ടില്ല. കൊടുത്തതൊക്കെ പേരക്കുട്ടികൾക്കല്ലേ? നിന്റെ ഭാര്യ പ്രസവിക്കട്ടെ. ഒന്നല്ല, രണ്ട് സ്വർണ്ണ നാണയങ്ങൾ ഞാൻ തരുന്നുണ്ട്."

അമ്മൂമ്മ പറഞ്ഞതു കേട്ട് കുഞ്ഞു ലക്ഷ്മിച്ചേച്ചിയുടെ മുഖം നാണം കൊണ്ടു ചുവന്നു.

അപ്പൂപ്പനെയും അമ്മൂമ്മയെയും ചൂണ്ടിക്കാണിച്ചുകൊണ്ട് മൂസ കുഞ്ഞിരാമേട്ടനോട് പറഞ്ഞു:

"ഈ തങ്കക്കുട്ടികൾ രണ്ടും ഇനി നിങ്ങൾക്കുള്ളതല്ലേ?"

രാത്രി മൂസയ്ക്ക് ഉറക്കം വന്നതേയില്ല. കുട്ടികളുമൊത്തുള്ള സന്തോഷകരമായ നിമിഷങ്ങൾ ആലോചിച്ചു കൊണ്ട് കിടന്നു. പെട്ടെന്നാണ് മുകളിലെ നിലയിൽ നിന്ന് എന്തോ തട്ടും മുട്ടും കേൾക്കുന്നതായി മൂസയ്ക്കു തോന്നുന്നത്!

മൂസ ശബ്ദമുണ്ടാക്കാതെ ലൈറ്റൊന്നും ഓണാക്കാതെ മുകളിലേക്കു പോയി. ദവേട്ടനും ഭാനുമതിച്ചേച്ചിയും താമസിച്ചിരുന്ന മുറിയിൽ നിന്നാണ് ശബ്ദം. ആ മുറിയിൽ ഒരലമാരയുണ്ട്. ആരോ അതു തുറക്കാൻ ശ്രമിക്കുന്നതു പോലെ. പൂട്ടിയ അലമാരയുടെ താക്കോൽ അമ്മൂമ്മയുടെ കൈയിലാണ്.

മൂസ വേഗം പുറത്തുനിന്ന് വാതിലിന്റെ സാക്ഷയിട്ടു. ഇനി അകത്തുള്ളവർക്ക് പുറത്തിറങ്ങാൻ കഴിയില്ല.

അപ്പൂപ്പനും അമ്മൂമ്മയും കുഞ്ഞിരാമേട്ടനും ലക്ഷ്മിച്ചേച്ചിയും അവരുടെ മുറികളിൽത്തന്നെയുണ്ടെന്ന് മൂസ ഉറപ്പു വരുത്തി. എന്നിട്ട് പോലീസിന് ഫോൺ ചെയ്ത് വിവരം പറഞ്ഞു.

മൂസ നീളമുള്ള ഒരു ഇരുമ്പു ഗോവണി കള്ളൻ കയറിയ മുറിയുടെ ജനാലയ്ക്കരികിൽ ചാരിവെച്ച് ഉള്ളിൽ നടക്കുന്നതെന്തെന്ന് കാണാൻ ശ്രമിച്ചു. ജനലടഞ്ഞു കിടക്കുന്നതിനാൽ ഒന്നും കാണാൻ വയ്യ! എന്നാൽ ഉള്ളിൽ രണ്ടു പേർ തമ്മിൽ തർക്കം നടക്കുകയാണ്. മൂസ മൊബൈലിലെ വോയ്സ് റെക്കോഡർ ഓണാക്കി അവരുടെ സംഭാഷണം റെക്കോഡ് ചെയ്യാൻ തുടങ്ങി.

മുറിക്കുള്ളിൽ കുടുങ്ങിയ കാര്യം അവർക്കു മനസ്സിലായിരിക്കുന്നു. ഇന്ന് ഈ വീട് തിരഞ്ഞെടുത്ത ആളേ മറ്റേ ആൾ കുറ്റപ്പെടുത്തുകയാണ്. അയാൾ പഴയ കാര്യങ്ങൾ പറഞ്ഞ് ഇയാളെയും കുറ്റപ്പെടുത്തുന്നു. മൂസ മൊബൈൽ ഫോൺ കോണിയിൽ കെട്ടിത്തൂക്കിയിട്ടു. എന്നിട്ട് താഴെയിറങ്ങി കുഞ്ഞിരാമേട്ടനെ വിളിച്ചുണർത്തി കാര്യം പറഞ്ഞു. എന്നിട്ട് അപ്പൂപ്പനെ വിളിക്കാനായി പോയി.

അപ്പൂപ്പനെ ഉണർത്തി വിവരം പറഞ്ഞ് മടങ്ങിയെത്തിയപ്പോൾ കുഞ്ഞിരാമേട്ടൻ പറഞ്ഞു:

"മുകളിൽ നിന്ന് തട്ടും മുട്ടും കേൾക്കുന്നുണ്ട്. അവരുടെ കൈയിലുള്ള ആയുധം കൊണ്ട് വാതിൽ പൊളിക്കാനുള്ള ശ്രമമാണെന്നു തോന്നുന്നു."

"അത്ര വേഗമൊന്നും പൊളിയില്ല. നല്ല ഉറപ്പുള്ള വീട്ടിത്തടിയുടെ വാതിലാണ്." മൂസ പറഞ്ഞു.

അപ്പോഴതാ അമ്മൂമ്മ ഒരു വെട്ടുകത്തിയുമായി വരുന്നു. കുഞ്ഞു ലക്ഷമിച്ചേച്ചി അടുക്കളയിൽ നിന്നും പണ്ടത്തെ ഉലക്കയുമെടുത്താണ് വരുന്നത്. അവർ നാലു പേരും മുകളിലേക്കു പോയി. മൂസ പോലീസ് ജീപ്പിന് കടന്നു വരാനായി ഗേറ്റ് തുറന്നിടാൻ പുറത്തേക്കും.

ഗേറ്റു തുറക്കുമ്പോൾ മൂസ കണ്ടു, പോലീസ് ജീപ്പ് കുന്നു കയറി വരുന്നതിന്റെ വെളിച്ചം!

കാദറും പോക്കറും!

പോലീസുകാരുടെ സാന്നിധ്യത്തിൽ മൂസ വാതിൽ തുറന്നു. മുറിയിലെ ബൾബ് ഓണാക്കി. ആരെയും കാണുന്നില്ല. പൂട്ടിയിട്ടിരുന്ന ഇരുമ്പലമാര തുറന്നു കിടക്കുന്നു!

ഒരു പോലീസു കാരൻ കട്ടിലിനടിയിലേക്ക് ടോർച്ചടിച്ചു. അവിടെ രണ്ടു പേർ ചത്തതു പോലെ കിടക്കുന്നു!

"എണീറ്റു വാടാ. വേഗം ഇറങ്ങി വന്നില്ലെങ്കിൽ ഞങ്ങൾ ഇരുമ്പു കമ്പി കൊണ്ട് കുത്തി പുറത്തിറക്കും." ഒരു പോലീസുകാരൻ പറഞ്ഞു.

നല്ല അനുസരണയുള്ളവരായിരുന്നു കള്ളന്മാർ! അവർ ഓരോരുത്തരായി നിരങ്ങി പുറത്തിറങ്ങി നിലത്തു കൈ കുത്തി എഴുന്നേറ്റ് കുനിഞ്ഞു നിന്നു. ലുങ്കിയും ടി ഷർട്ടുമാണ് രണ്ടു പേരുടെയും വേഷം. ഒരുത്തൻ ക്ലീൻ ഷേവു ചെയ്ത മൊട്ടത്തലയൻ. മറ്റവൻ അൽപ്പം കഷണ്ടിയുള്ള കൊമ്പൻ മീശക്കാരൻ.

മൊട്ടത്തലയനെ പിടിച്ചു മാറ്റി നിർത്തിയിട്ട് ഒരു പോലീസു കാരൻ ചോദിച്ചു:

"എന്താടാ നിന്റെ പേര്?"

"കാദർ"

"മറ്റവന്റെയോ?"

"പോക്കർ"

"എന്തിനാടാ വീടിനുള്ളിൽ കയറിയത്?"

"മോഷ്ടിക്കാൻ തന്നെയാണു സാറേ, പക്ഷേ ഒന്നും കിട്ടിയില്ല."

കാദറിന്റെ ഇടതു കൈയും പോക്കറിന്റെ വലതു കൈയും ചേർത്ത് പോലീസുകാർ വിലങ്ങു വെച്ചു. അപ്പൂപ്പനോടായി എസ് ഐ പറഞ്ഞു:

"നിങ്ങളിനി സമാധാനമായി ഉറങ്ങിക്കൊള്ളൂ. ഇവരുടെ കാര്യം ഞങ്ങൾ നോക്കിക്കൊള്ളാം."

മൂസയെ അഭിനന്ദിക്കാനും എസ് ഐ മറന്നില്ല.

"നീ ഞങ്ങളുടെ ജോലി വളരെ എളുപ്പമാക്കി. വീട്ടിലുള്ളവർക്ക് ബുദ്ധിപൂർവം പ്രവർത്തിക്കാനാവാത്തതു കൊണ്ടാണ് പല മോഷണക്കേസുകളിലും പ്രതികൾ രക്ഷപ്പെടുന്നത്!"

മൂസയ്ക്ക് തന്റെ കാർഡ് കൊടുത്തിട്ട് എസ് ഐ പറഞ്ഞു:

"ഇതിൽ എന്റെ മൊബൈൽ നമ്പറുണ്ട്. എന്ത് ആവശ്യമുണ്ടെങ്കിലും എന്നെ വിളിക്കാൻ മറക്കേണ്ട."

കള്ളൻമാരെയും കൊണ്ട് പോലീസ് വാഹനം കുന്നിറങ്ങിപ്പോയി. മൂസ ഗേറ്റടച്ച് വീടിനുള്ളിൽ വന്ന് പടികൾ കയറി ഏറ്റവും മുകളിലെത്തി. മുകളിൽ ടെറസിലേക്കുള്ള വാതിൽ തുറന്നു കിടക്കുന്നു. കള്ളൻമാർ ഇതു വഴിയാണ് ഉള്ളിൽ കയറിയതെന്ന് മൂസയ്ക്ക് മനസ്സിലായി. വാതിൽ കുത്തിപ്പൊളിച്ചിട്ടൊന്നുമില്ല. കുട്ടികൾ ആരെങ്കിലും അടയ്ക്കാൻ മറന്നതാവണം. മൂസ വാതിലടച്ച് കുറ്റിയിട്ട് തിരികെ വന്നു.

അപ്പോഴാണ് അവൻ മൊബൈൽ ഫോണിന്റെ കാര്യം ഓർക്കുന്നത്. അത് കോണിയുടെ മുകളിൽ ഇരിക്കുകയാണ്!

മൂസ പോയി ഫോണെടുത്തു. അതിലെ റെക്കോഡ് ചെയ്യപ്പെട്ട വോയ്സ് കേട്ടു നോക്കി. അത്ര വ്യക്തമല്ല, എങ്കിലും പരിഭ്രാന്തരായ കള്ളൻമാർ പരസ്പരം ചീത്ത വിളിക്കുകയാണെന്ന് മനസ്സിലായി. വീട്ടിനുള്ളിൽ കുടുങ്ങാൻ കാരണം നീയാണെന്ന് ഒരാൾ മറ്റൊരാളെ കുറ്റപ്പെടുത്തുന്നു. 'കഴിഞ്ഞ മോഷണത്തിൽ പകുതി തരാതെ നീയെന്നെ പറ്റിച്ചില്ലേ'യെന്ന് അയാൾ മറ്റേയാളോട് ചോദിക്കുന്നു. അയാൾ അതിനു മുമ്പത്തെ മോഷണ മുതൽ വീതം വെച്ച കണക്കു പറയുന്നു. ബാങ്കിൽ കയറിയ കാര്യവും സ്വർണക്കടയിൽ കയറിയ കാര്യവുമൊക്കെ പറയുന്നുണ്ട്.

മൂസ എസ് ഐ കൊടുത്ത കാർഡെടുത്തു. മുരുകേശൻ എന്നാണ് എസ് ഐ യുടെ പേര്. മുരുകേശൻ സാറിനെ വിളിച്ച് അപ്പോൾത്തന്നെ വിവരം പറഞ്ഞു.

"നീ എന്തായാലും അത് എന്റെ വാട്സാപ്പിലേക്കൊന്ന് അയച്ചേക്ക്. എന്തെങ്കിലും പ്രയോജനമുണ്ടാകുമോയെന്നു നോക്കാം." - എന്നായിരുന്നു എസ് ഐ യുടെ മറുപടി. മൂസ അപ്പോൾത്തന്നെ

വോയ്സ് ഫോർവേഡ് ചെയ്തു.

സ്റ്റേഷനിലേക്കു കുതിക്കുന്ന ജീപ്പിലിരുന്ന് കാദർ പോലീസു കാരോട് പറഞ്ഞു:

"ഞങ്ങളെ വിട്ടേക്കു സാറേ, ഞങ്ങൾ ഒന്നും മോഷ്ടിച്ചിട്ടില്ലല്ലോ?"

"വിടണോയെന്ന് നാളെ കോടതിയിൽ ഹാജരാക്കുമ്പോൾ മജി സ്ട്രേട്ട് തീരുമാനിക്കും." എസ് ഐ പറഞ്ഞു.

അപ്പോൾ പോക്കർ പറഞ്ഞു:

"വിട്ടാൽ ഞങ്ങൾ നിങ്ങൾക്ക് ഒരു ലക്ഷം രൂപ തരാം സാറേ." പോക്കർ പറഞ്ഞു.

"ഒരു ലക്ഷം രൂപ കൊണ്ട് ഇന്നത്തെ കാലത്ത് എന്താവാനാടാ? ഞങ്ങൾ സ്റ്റേഷനിൽ ഇരുപത് പോലീസുകാരുണ്ട്."

"ഓരോരുത്തർക്കും ഒരു ലക്ഷം വീതം തരാം സാറേ." കാദർ പറഞ്ഞു.

അൽപ്പമൊന്നാലോചിച്ചിട്ട് എസ് ഐ പറഞ്ഞു:

"ഇരുപതു പേർക്കും പത്തു ലക്ഷം വീതം തന്നാൽ നിങ്ങളെ വിട്ടേക്കാം."

പോക്കർ പറഞ്ഞു:

"അത്രയൊന്നും പണം ഞങ്ങളുടെ കൈയിലില്ല സാറേ. എന്തായാലും പെട്ടു പോയില്ലേ? ഒരു കോടി രൂപ ഞങ്ങളിന്നു തരാം. ബാക്കി ഒരു കോടി സ്വർണം വിറ്റിട്ട് രണ്ട് ദിവസത്തിനുള്ളിൽ എത്തിക്കാം"

തങ്ങൾ പിടി കൂടിയ കള്ളൻമാർ ചില്ലറക്കാരല്ലെന്ന് എസ് ഐ മുരുകേശന് മനസ്സിലായി. ആദ്യം കാദറിന്റെ വീട്ടിലേക്കു പോയി വീടിന് അൽപ്പം അകലെ വാഹനം നിർത്തി. കാദറിനെ മാത്രം വിലങ്ങഴിച്ചു വിട്ടു. അയാൾ വീട്ടിൽ ചെന്ന് അൻപതു ലക്ഷം രൂപ തുണിയിൽ പൊതിഞ്ഞു കൊണ്ടു വന്നു. അവനെ വീണ്ടും വിലങ്ങു വെച്ച് പോക്കറിന്റെ വീട്ടിലേക്ക് തിരിച്ചു.

പോക്കറും വാക്കു പാലിച്ചു. പക്ഷേ പോലീസുകാർ അവരെ വിട്ടില്ല. നേരേ സ്റ്റേഷനിലേക്ക്.

മുരുകേശൻ പോലീസുകാരോട് പറഞ്ഞു:

"ആ പണമൊക്കെ എന്റെ മേശപ്പുറത്ത് അടുക്കി വെക്ക്."

രണ്ടായിരത്തിന്റെ നോട്ടുകെട്ടുകൾ പോലീസുകാർ മനോഹരമായി

മേശപ്പുറത്ത് അടുക്കി.

“ഇത്രയൊക്കെ പണമുണ്ടായിട്ട് പിന്നെയും എന്തിനാടാ മോഷ്ടി ക്കാൻ നടക്കുന്നത്?” എസ് ഐ അവരെ ലോക്കപ്പിലേക്കു തള്ളി.

“സാർ ഞങ്ങളെ പറ്റിക്കുകയായിരുന്നു, അല്ലേ?” രണ്ടു പേരും ഒരുമിച്ചു ചോദിച്ചു.

“തൽക്കാലം അവിടെ കിടക്കെടാ. നാളെ രാവിലെ മസാല ദോശയും ഉച്ചയ്ക്ക് ബിരിയാണിയും കഴിച്ചിട്ട് പോകാം.”

എന്നിട്ട് മുരുകേശൻ സാർ മൂസ റെക്കോഡ് ചെയ്തയച്ച വോയ്സ് ക്ലിപ് പരിശോധിക്കാൻ തുടങ്ങി.

വിശേഷം!

കുളി കഴിഞ്ഞു വന്നപ്പോൾ മൂസയോട് അമ്മൂമ്മ പറഞ്ഞു; "കുഞ്ഞു ലക്ഷ്മിയേയും കൊണ്ട് നീയൊന്ന് ടൗണിൽ പോകേണ്ടി വരും. വിശേഷമുണ്ടോയെന്നൊരു സംശയമുണ്ട്. ഡോക്ടറെക്കണ്ട് ഉറപ്പാക്കണം. പ്രാതൽ കഴിച്ചിട്ട് പോയാൽ മതി. എല്ലാം അത്ഭുത വൃക്ഷത്തിന്റെ ശക്തി!"

"അതെ അമ്മൂമ്മേ. അവരുടെ ഏറക്കാലത്തെ സങ്കടം മാറാൻ പോവുകയാണ്."

ഒൻപതു മണിക്കു തന്നെ കുഞ്ഞിരാമേട്ടനും ഭാര്യയും റെഡിയായി. മൂസ അവരെയും കൊണ്ട് നഗരത്തിലേക്കു കുതിച്ചു.

ആശാൻ കവല കഴിഞ്ഞപ്പോൾ മൂസയുടെ മൊബൈൽ റിങ്ങു ചെയ്യാൻ തുടങ്ങി. ജീപ്പ് സൈഡിലൊതുക്കി മൂസ ഫോണെടുത്തു. എസ് ഐ, മുരുകേശൻ സാറാണ്.

"സമയമുണ്ടെങ്കിൽ ഭരത് മൂസയ്ക്ക് ഒന്നു സ്റ്റേഷൻ വരെ വരാൻ കഴിയുമോ?"

"ഞാൻ മറ്റൊരാവശ്യത്തിന് ടൗണിലേക്ക് വന്നുകൊണ്ടിരിക്കു കയാണ്. തീർച്ചയായും വരാം സർ."

"അതു നന്നായി. വേഗം വാ."

മുരുകേശൻ കോൾ കട്ട് ചെയ്തു.

കുഞ്ഞിരാമേട്ടനേയും ലക്ഷ്മിച്ചേച്ചിയേയും ആശുപത്രിക്ക് മുന്നിൽ ഇറക്കിയിട്ട് മൂസ പോലീസ് സ്റ്റേഷനിലേക്കു പോയി. സ്റ്റേഷനു പുറത്ത് പത്രക്കാരും ചാനലുകാരും കൂട്ടം കൂടി നിൽക്കുന്നു.

കള്ളൻമാരേ കോടതിയിലേക്ക് കൊണ്ടുപോവാൻ പുറത്തിറക്കു മ്പോൾ ഫോട്ടോയെടുക്കാനായിരിക്കുമെന്ന് മൂസ ഊഹിച്ചു. മൂസ അവർക്കിടയിലൂടെ അകത്തു കയറി.

എസ് ഐ യെക്കൂടാതെ സി ഐ യും അവിടെയുണ്ട്.

"അഭിനന്ദനങ്ങൾ മിസ്റ്റർ ഭരത് മൂസ, എട്ടു കവർച്ചക്കേസുകൾ ക്കാണ് മൂസ അയച്ചു തന്ന വോയ്സ് ക്ലിപ്പിൽ നിന്ന് തുമ്പുണ്ടായിരി ക്കുന്നത്. സിറ്റി ബാങ്ക് കൊള്ളയടിച്ചതും 'ചെയ്ൻ ഫാക്ടറി' എന്ന സ്വർണ്ണക്കട കൊള്ളയടിച്ചതുമൊക്കെ ഇവൻമാരാണ്. മൂസ ഈയി രിക്കുന്ന പണം കണ്ടോ? ഒരു കോടിയുണ്ട്! ഇത് ഞങ്ങൾ കണ്ടെ ടുത്തതല്ല. ഇവൻമാർ ഞങ്ങൾക്ക് കൈക്കൂലിയായി തന്നതാണ്!"

മുരുകേശൻ പറഞ്ഞു.

മൂസയുടെ കൈ പിടിച്ചു കുലുക്കി തോളിൽ തട്ടിക്കൊണ്ട് സി ഐ പറഞ്ഞു:

"ഞാൻ സി ഐ അസ്കർ അലി. ഞങ്ങൾക്ക് കാണാൻ വേണ്ടി യല്ല ഭരത്തിനെ വിളിപ്പിച്ചത്, നിന്നെക്കാണണമെന്നാവശ്യപ്പെട്ടത് പുറത്തു നിൽക്കുന്ന പത്രക്കാരാണ്."

മൂസ അവരോടൊപ്പം പുറത്തിറങ്ങി. മുരുകേശൻ മൂസയെ അവർക്കു പരിചയപ്പെടുത്തി. അസ്കർ അലി കാദറും പോക്കറും മുമ്പു നടത്തിയ കവർച്ചകളേക്കുറിച്ചു വിശദീകരിച്ചു.

"നിങ്ങൾ തന്നെയല്ലേ മൂന്നാഴ്ച മുമ്പ് ഷിറിയപ്പുഴയിൽ നിന്ന് മീൻ മുതലയെ പിടിച്ചു കെട്ടിയത്?" ഒരു പത്രക്കാരൻ ചോദിച്ചു.

"അതെ, ഞാനും ഒമ്പത് കുട്ടികളും ചേർന്നാണ്."

പിന്നീട് മൂസ അവർക്ക് തലേന്നു രാത്രിയിലെ സംഭവം വിവരിച്ചു കൊടുത്തു. അവർ ചോദിച്ച ചോദ്യങ്ങൾക്കൊക്കെ ഉത്തരം കൊടുത്തു. ചോദ്യങ്ങൾ പിന്നെയും വന്നുകൊണ്ടിരുന്നപ്പോൾ മൂസ പറഞ്ഞു:

"എനിക്ക് പോയിട്ടു തിരക്കുണ്ട്, ഒരാളെയും കൊണ്ട് ആസ്പത്രി യിൽ വന്നതാണ് ഞാൻ."

ഓഫീസർമാരുടെ അനുവാദം വാങ്ങി മൂസ ആശുപത്രിയിലേ ക്കു മടങ്ങി. അവിടെ ലക്ഷ്മിച്ചേച്ചിയും കുഞ്ഞിരാമേട്ടനും ടെസ്റ്റിന്റെ റിസൽട്ട് കാത്തിരിക്കുന്നതേ ഉണ്ടായിരുന്നുള്ളൂ.

മൂസ ചെന്ന് അൽപ്പ സമയത്തിനുള്ളിൽ ടെസ്റ്റ് റിപ്പോർട്ട് കിട്ടി. രണ്ടുപേരും അതുമായി വീണ്ടും ഡോക്ടറെക്കണ്ടു. ശുഭവാർത്തയായി രുന്നു. രണ്ടു പേരുടെയും മുഖത്ത് അടക്കാനാവാത്ത സന്തോഷം

മൂസ വായിച്ചു.

മടങ്ങുമ്പോൾ കുഞ്ഞുലക്ഷമിച്ചേച്ചി പറഞ്ഞു:

"ഭരത്, നിന്നോട് ഞങ്ങൾ എത്ര നന്ദി പറഞ്ഞാലും മതിയാവില്ല!"

ഈ സന്തോഷ വേള പായസം വെച്ച് ആഘോഷിക്കാൻ മൂസ തീരുമാനിച്ചു. ഒരു കടയുടെ അടുത്തു നിർത്തി പായസത്തിനു വേണ്ട സാധനങ്ങളൊക്കെ വാങ്ങി.

തിരികെയെത്തുമ്പോൾ അപ്പൂപ്പനും അമ്മൂമ്മയും ടി വി യിൽ കള്ളൻമാരെക്കുറിച്ചുള്ള റിപ്പോർട്ടുകൾ കണ്ടുകൊണ്ടിരിക്കുകയാണ്.

സന്തോഷവാർത്തയറിഞ്ഞ് എല്ലാവരും സന്തോഷിച്ചു. പുതിയ വീട്ടിൽ ഒരു കുഞ്ഞു പിറക്കാൻ പോവുന്നു!

അപ്പൂപ്പൻ മൂസയോട് ചോദിച്ചു:

"പുതിയൊരു ചൂട്ട വാർത്ത നീയറിഞ്ഞോ? മുഖ്യമന്ത്രി ഭരത് മൂസയ്ക്ക് ഒരു ലക്ഷം രൂപയുടെ സമ്മാനം പ്രഖ്യാപിച്ചെന്ന്....!"

തോട്ടക്കാരൻ മൂസ!

'ബാങ്ക്- ജ്വല്ലറി കവർച്ചാ കേസുകളിലെ പ്രതികൾ പിടിയിൽ' എന്ന ലീഡ് വാർത്തയുമായാണ് പത്രങ്ങളൊക്കെ അന്ന് ഇറങ്ങിയത്. കാദറിന്റെയും പോക്കറിന്റെയും ചിത്രങ്ങൾ, ഒപ്പം കുറ്റവാളികളെ പിടിച്ചു കൊടുത്ത ഭരത് മൂസയുടെ ചിത്രവും. 'ഭരത് മൂസ'യ്ക്ക് മുഖ്യമന്ത്രി ഒരു ലക്ഷം രൂപ സമ്മാനം പ്രഖ്യാപിച്ചു എന്ന ബോക്സ് വാർത്തയും ഉണ്ടായിരുന്നു.

മൂസ എന്നാൽ പച്ചക്കറിത്തോട്ടം ഉണ്ടാക്കുന്ന പണിയിൽ തിരക്കിലായിരുന്നു. ഉച്ചയ്ക്ക് മാത്രമായിരുന്നു അൽപ്പം വിശ്രമം. ആ സമയത്ത് അപ്പൂപ്പനുമായോ കുഞ്ഞിരാമേട്ടനുമായോ ചെസ്സ് കളിക്കും. എപ്പോഴും തോൽക്കുന്നത് മൂസയായിരുന്നു. അവനതിൽ സങ്കടമൊന്നും ഉണ്ടായിരുന്നില്ല. രാത്രിയിൽ എല്ലാവരും കൂടി കാരംസ് കളിക്കും. ലക്ഷ്മിച്ചേച്ചി മാത്രം കൂടില്ല. അവർ സീരിയലുകളുടെ മുന്നിലായിരിക്കും.

ദിവസങ്ങൾ അങ്ങനെ കുഴപ്പമില്ലാതെ പൊയ്ക്കൊണ്ടിരുന്നു. എന്നാൽ കുട്ടികൾ ഉണ്ടായിരുന്നപ്പഴേ സന്തോഷം ഒരിക്കലും ഉണ്ടായില്ല. ലക്ഷ്മിച്ചേച്ചിക്ക് പിറക്കാൻ പോകുന്ന കുഞ്ഞിനെപ്പറ്റിയുള്ള പ്രതീക്ഷകളായിരുന്നു എല്ലാവരുടെയും ആശ്വാസം.

ഒരു ദിവസം കാരംസ് കളിച്ചുകൊണ്ടിരിക്കുമ്പോൾ മൂസ പറഞ്ഞു:

"തോട്ടത്തിലെ ചെടികൾക്ക് വളം ഇടാൻ ചാണകം വേണം. ഒരു ലോഡ് ചാണകത്തിന് ഏഴായിരം രൂപയാണ് വില. നമുക്ക് ഒരു പശുവിനെ വാങ്ങിയാലോ? വീട്ടിലേക്കാവശ്യത്തിനുള്ള പാലും കിട്ടും."

“പശുവിനെ വാങ്ങാൻ എത്രയാകും?” അപ്പൂപ്പൻ ചോദിച്ചു.

“ഒരു മുപ്പതിനായിരം രൂപയെങ്കിലും വേണ്ടി വരും.” മൂസ പറഞ്ഞു.

“അതിന് പൈസ ആരുടെ കൈയിൽ ഇരിക്കുന്നു?” അമ്മൂമ്മയുടെ ചോദ്യം.

“അമ്മാമ്മ ഒരു നാണയം തന്നാൽ അതു വിറ്റ് പശുവിനെ വാങ്ങാം.”

“അമ്പട, ആ പൂതിയങ്ങ് മനസ്സിൽ വെച്ചേച്ചാലും മതി. ആകെ ഇനി പത്തെണ്ണമേ എന്റെ കൈയിലുള്ളൂ. എന്റെ മക്കൾക്ക് ഇനിയും കുട്ടികളുണ്ടാവും അപ്പോൾ ഓരോന്ന് കൊടുക്കാനുള്ളതാണ്. നാലഞ്ചു വർഷം കഴിഞ്ഞാൽ പേരക്കുട്ടികളിൽ ചിലർക്ക് കല്യാണപ്രായ മാകും. അപ്പോൾ എന്തെങ്കിലും കൊടുക്കേണ്ടേ?” അമ്മൂമ്മ തന്റെ പദ്ധതികൾ വിവരിച്ചു.

“ഏഴായിരം രൂപയുടെ ചാണകം കൊണ്ടിട്ടാൽ ആ വിലയ്ക്കുള്ള പച്ചക്കറി കിട്ടുമോ?” കുഞ്ഞിരാമന്റേതാണ് ചോദ്യം.

മൂസ മറുപടി പറഞ്ഞു:

“ഇല്ലെന്നുറപ്പാണ്, പക്ഷെ വിഷമില്ലാത്ത പച്ചക്കറികൾ കഴിക്കാം. അതുകൊണ്ടാണ് ഞാൻ പറഞ്ഞത് പശുവിനെ വാങ്ങാമെന്ന്. ലക്ഷ്മി യേച്ചിക്ക് ഈ സമയത്ത് ശുദ്ധമായ പാൽ ആവശ്യമാണല്ലോ.”

മൂസയിങ്ങനെ പറഞ്ഞെങ്കിലും കാര്യത്തിൽ ഒരു തീരുമാനമായി ല്ല.

കിടക്കാനായി ഒരുങ്ങുമ്പോൾ മൂസയ്ക്ക് ഒരു കോൾ വന്നു. അമ്മയുടെ ഫോണിൽ നിന്ന് വിജി വിളിക്കുകയാണ്.

“ഭരത് ഏട്ടന്റെ വീര കൃത്യങ്ങളൊക്കെ ഞാൻ പത്രത്തിൽ വായിച്ചു. ഏട്ടനവിടെയില്ലായിരുന്നെങ്കിൽ മുത്തച്ഛന്റെയും മുത്തശ്ശി യുടെയും ഗതി എന്താവുമായിരുന്നു? പിന്നെ, ഒരു സന്തോഷ വാർത്ത പറയാനാ വിളിച്ചത്. എനിക്ക് സ്കൂളിലെ ബാഡ്മിന്റൺ ടീമിലേക്ക് സെലക്ഷൻ കിട്ടി. ഏട്ടൻ തന്ന പരിശീലനമാ കാരണം. ഷാജിയെ ഫുട്ബോൾ ടീമിലേക്കും തിരഞ്ഞെടുത്തിട്ടുണ്ട്.”

മൂസയുടെ കണ്ണുകൾ നിറഞ്ഞു. അവൻ പറഞ്ഞു:

“കളി മാത്രം പോര. പഠനത്തിലും നന്നായി ശ്രദ്ധിക്കണം കേട്ടോ.”

“ഞാൻ ശ്രദ്ധിച്ചോളാം ഭരത് ഏട്ടാ, ഗുഡ് നൈറ്റ്.” അവൾ ഫോൺ വെച്ചു.

കുട്ടികളെ പരിശീലിപ്പിച്ചതു കൊണ്ട് ഗുണമുണ്ടായി എന്ന് മൂസയ്ക്ക് തോന്നി. മറ്റു കുട്ടികളും ഉടനെ വിളിക്കുമായിരിക്കും. അവർക്ക് സ്വന്തമായി മൊബൈലില്ലല്ലോ. മാതാപിതാക്കളുടെ കാരുണ്യത്തിൽ വേണ്ടേ വിളിക്കാൻ! മൂസ സ്വയം ആശ്വസിച്ചു.

അന്ന് മൂസ കിടന്ന ഉടൻ ഉറങ്ങിപ്പോയി. പിറ്റേന്ന് അമ്മൂമ്മ വാതിലിൽ തട്ടി വിളിച്ചപ്പോഴാണ് എണീറ്റത്. ഒരു പൊൻപണം അവന്റെ കൈയിൽ വെച്ചു കൊടുത്തിട്ട് അമ്മൂമ്മ പറഞ്ഞു:

"നീ പോയി പശുവിനെയും കിടാവിനെയും വാങ്ങിക്കൊണ്ടു വാടാ. നല്ല പാലു കിട്ടുന്ന ഐശ്വര്യമുള്ള ഒന്നിനെത്തന്നെ വാങ്ങിക്കോ."

മൂസയ്ക്ക് സന്തോഷമായി. കുഞ്ഞിരാമേട്ടനെയും അവൻ കൂടെക്കൂട്ടി. അങ്ങനെ അവർ കറവയുള്ള പശുവിനെ അന്വേഷിച്ച് തിരിച്ചു.

ആദ്യം അവർ ഷെഡ് കെട്ടാൻ വേണ്ട സാധനങ്ങളാണ് കൊണ്ടുവന്നത്. വോളിബോൾ കോർട്ടാണ് തൊഴുത്താക്കി മാറ്റിയത്. മുറിച്ചിട്ട കവുങ്ങിൻ തടികൾ ബാക്കിയുണ്ടായിരുന്നു. അതു കൊണ്ട് തൂണുകൾ നാട്ടി, അലുമിനിയം ഷീറ്റുകൾ കൊണ്ട് മേൽക്കൂര ഉണ്ടാക്കി.

സാന്റിയാഗോ!

മൂസയ്ക്ക് ഇപ്പോൾ പുതിയൊരു കളിക്കൂട്ടുകാരനെ കിട്ടിയിരിക്കുന്നു. ഒരു മൂരിക്കുട്ടൻ. ഗൗരി എന്ന് അമ്മൂമ്മ പേരിട്ടിരിക്കുന്ന പുള്ളിപ്പശുവിന്റെ മോനാണ്. മൂസ അവന് 'സാന്റിയാഗോ' എന്ന് പേരിട്ടു. ആൽക്കെമിസ്റ്റിലെ ഇടയ ബാലന്റെ പേര്.

പുള്ളിപ്പശുവിന്റെ പാലും തോട്ടത്തിലെ പച്ചക്കറികളും ഞാലിപ്പൂവൻ പഴങ്ങളുമൊക്കെ കഴിച്ച് ലക്ഷ്മിയേച്ചിക്ക് നന്നായി വണ്ണം വെച്ചു. ഒപ്പം വയറും വീർത്തു വീർത്തു വന്നു. എല്ലാ മാസവും ചെക്കപ്പിന് ചേച്ചിയെ കൂട്ടിക്കൊണ്ടു പോവുന്നത് മൂസയാണ്.

മൂസയ്ക്കിപ്പോൾ പിടിപ്പത് ജോലിയാണ്! രാവിലെ തൊഴുത്തു വൃത്തിയാക്കലും പശുവിനെക്കറക്കലും ഒക്കെ മൂസയാണ്. പിന്നെ പുല്ലു ചെത്താൻ പുഴക്കരയിലേക്കു പോകണം. ഉച്ചകഴിഞ്ഞ് അമ്മപ്പശുവിനെയും മോനേയും കുളിപ്പിച്ചിട്ട് വീണ്ടും കറക്കണം. തോട്ടത്തിലെ പണികളും നോക്കണം. എങ്കിലും അവൻ സന്തോഷവാനാണ്. അപ്പൂപ്പന്റെയൊപ്പം വന്നതിനു ശേഷമാണ് അവൻ സമാധാനത്തോടെ ഉറങ്ങുന്നതു തന്നെ!

ഗൗരിയെ കറന്നാൽ രാവിലെ ആറുലിറ്റർ പാലു കിട്ടും. വീട്ടിലെ ആവശ്യത്തിന് രണ്ടുലിറ്റർ മതിയാകും. ബാക്കി സമീപത്തുള്ള പാവപ്പെട്ട വീടുകളിൽ സൗജന്യമായി വിതരണം ചെയ്യുകയാണ്. വൈകുന്നേരം രണ്ടുലിറ്റർ മാത്രമേ മൂസ കറന്നെടുക്കൂ. ബാക്കി സാന്റിയാഗോക്കുള്ളതാണ്.

പണിയെടുത്തു ക്ഷീണിക്കുമ്പോൾ മൂസ ഊഞ്ഞാലിൽ വന്നിരിക്കും. അപ്പോൾ സാന്റിയാഗോ അടുത്തു വന്നു നിൽക്കും. മൂസ

അവനോട് വർത്തമാനം പറയും. സാന്റിയാഗോ എല്ലാം തലയാട്ടി സമ്മതിക്കും.

ഒരു ദിവസം ഉച്ച കഴിഞ്ഞ് പെട്ടെന്ന് ലക്ഷ്മിയേച്ചിക്ക് വേദന വന്നു. മൂസയുടെ ജീപ്പിൽ എല്ലാവരും കൂടി ആശുപത്രിയിലേക്കു പോയി. ചേച്ചിയെ അവിടെ അഡ്മിറ്റാക്കി, അപ്പൂപ്പനും മൂസയും തിരികെ വന്നു. പശുവിനെ നോക്കണമല്ലോ!

രാത്രിയായപ്പോൾ കുഞ്ഞിരാമേട്ടന്റെ ശുഭ സന്ദേശം മൂസയുടെ ഫോണിലേക്കെത്തി; 'ആൺകുട്ടിയാണ്, സുഖപ്രസവം, അമ്മയും കുഞ്ഞും സുഖമായിരിക്കുന്നു.' മൂസ അപ്പൂപ്പനെ വിവരം അറിയിച്ചു. വൃദ്ധന്റ മുഖം സന്തോഷം കൊണ്ട് വിടർന്നു!

മൂസ ആ സന്തോഷ വാർത്ത അപ്പൂപ്പന്റെ മറ്റ് ഒൻപതു മക്കൾക്കും ഫോർവേഡ് ചെയ്തു. 'സ്കൂളുകളിൽ വാർഷിക പരീക്ഷകൾ ആരംഭിക്കാൻ പോവുകയാണ്. അല്ലെങ്കിൽ കുട്ടികളെല്ലാം കുഞ്ഞിനെ കാണാൻ ഓടി വന്നേനേ!' മൂസ ചിന്തിച്ചു.

അപ്പൂപ്പൻ കലണ്ടറിൽ നോക്കിയിട്ട് ഒരു തമാശ പറഞ്ഞു:

"ഫെബ്രുവരി 29 ആണ് കുഞ്ഞിന്റെ ജന്മദിനം. ഇനി അവന് ജന്മദിനം ആഘോഷിക്കണമെങ്കിൽ നാലു വർഷം കഴിയണം!"

കഞ്ഞി കുടി കഴിഞ്ഞപ്പോൾ മൂസ അപ്പൂപ്പനോട് ചോദിച്ചു;

"അപ്പാപ്പാ, ഞാനിന്ന് അപ്പാപ്പന്റെ മുറിയിൽ കിടക്കണോ?"

അത് തന്നെ കളിയാക്കുന്നതായിട്ടാണ് അപ്പൂപ്പനു തോന്നിയത്. അപ്പൂപ്പൻ അൽപ്പം ദേഷ്യത്തോടെ ചോദിച്ചു:

"നീ കിടന്നാൽ എന്റെ കെട്ട്യോൾ കൂടെക്കിടക്കുന്നതു പോലെ ആകുമോടാ? നീ എന്നെപ്പറ്റി എന്താ വിചാരിച്ചത്? പത്തു മക്കളെ ഒറ്റയ്ക്ക് കഷ്ടപ്പെട്ട് ഒരു കുറവുമില്ലാതെ പോറ്റി വളർത്തിയവനാണ് ഞാൻ. വയസ്സ് എഴുപത്തഞ്ചു കഴിഞ്ഞു. ഇതുവരെ ഒന്നിനെയും പേടിച്ചിട്ടില്ല! നിനക്കു പേടിയുണ്ടെങ്കിൽ വന്ന് എന്റെ മുറിയിൽ കിടന്നോ."

"പതിനാറു വയസ്സു വരെ തെരുവിൽ ഉറങ്ങിയവനാ അപ്പാപ്പാ ഞാൻ. എനിക്കു പേടിയോ?" മൂസയും ചുട്ട മറുപടി കൊടുത്തു.

എന്നാൽ നിമിഷങ്ങൾക്കുള്ളിൽ രണ്ടു പേരുടെയും മനസ്സ് ആർദ്രമായി. അപ്പൂപ്പൻ മൂസയെ കെട്ടിപ്പിടിച്ചു. എന്നിട്ട് പറഞ്ഞു:

"എന്റെ പതിനൊന്നാമത്തെ മകനാടാ നീ. എന്റെ എല്ലാ മക്കളേക്കാളും മനസ്സിൽ നന്മയുള്ളവനാണ് നീ എന്ന് എനിക്കറിയാം."

മൂസ കണ്ണീർ തുടച്ചു കൊണ്ട് പറഞ്ഞു:

“അപ്പാപ്പനും അമ്മാമ്മയും ദാനം തന്ന ജീവിതമല്ലേ, എന്റെത്?”

പിന്നെ അപ്പൂപ്പൻ മൂസയ്ക്ക് കുറെ ഉപദേശങ്ങൾ നൽകി;

“മരിക്കേണ്ടി വന്നാലും മനഃസ്സാക്ഷിക്ക് നിരക്കാത്തതൊന്നും ചെയ്യരുത്, പട്ടിണി കിടക്കേണ്ടി വന്നാലും ആരുടെയും മുമ്പിലും കൈ നീട്ടരുത്, അവനവനു വേണ്ടി മാത്രം ജീവിക്കരുത്, ചുറ്റുമുള്ള വർക്ക് പരമാവധി നന്മ ചെയ്തു കൊണ്ടു ജീവിക്കുക, എന്നാൽ ആരിൽ നിന്നും നന്ദി പ്രതീക്ഷിക്കരുത്, നിനക്ക് ലഭിച്ചിട്ടുള്ള നന്മകൾക്കൊക്കെ നന്ദിയുള്ളവനായി ജീവിക്കുക. നിനക്ക് ലഭിച്ചിട്ടുള്ളതൊക്കെ സന്തോഷത്തോടെ അർഹതപ്പെട്ടവർക്ക് പകുത്തു നൽകുക, നിന്നോട് തിന്മ പ്രവർത്തിക്കുന്നവരേപ്പോലും ശത്രുവായിക്കാണരുത്, അവർക്ക് അപ്പോൾത്തന്നെ മാപ്പു നൽകുക, ആരെയും വിലകുറച്ചു കാണരുത്, ആരെപ്പറ്റിയും ദൂഷിച്ചു സംസാരിക്കരുത്, പണവും പ്രശസ്തിയും ആഗ്രഹിക്കരുത്, കർമ്മങ്ങൾ നന്നായാൽ അവയൊക്കെ താനേ വന്നു കൊള്ളും.”

രാത്രി ഉറങ്ങാൻ കിടക്കുന്നതിനു മുമ്പ് മൂസ അപ്പൂപ്പന്റെ കൽപ്പനകൾ മൊബൈലിലെ നോട്ട് പാഡിൽ കുറിച്ചു വെച്ചു.

നഷ്ടപ്പെട്ട തിരുവാഭരണം!

അമ്മൂമ്മ വീട്ടിലില്ലാത്തതിനാൽ അപ്പൂപ്പനും മൂസയും ഇപ്പോൾ ദിവസവും മൂന്നു നേരവും കഞ്ഞിയാണ്! തോട്ടത്തിലെ കാന്താരി മുളക് ഉള്ളിയും കല്ലുപ്പും ചേർത്ത് ചതച്ച് അൽപ്പം വെളിച്ചെണ്ണയൊഴിച്ച് ചാലിച്ചതാണ് കറി. തോട്ടത്തിൽ മൂസ അറുപത് മൂട് കപ്പ നട്ട് നനയ്ക്കുന്നുണ്ട്, എന്നാൽ വിളഞ്ഞിട്ടില്ല. കപ്പ വിളഞ്ഞിരുന്നെങ്കിൽ ഒരു നേരം അത് പുഴുങ്ങിത്തിന്നാമായിരുന്നുവെന്ന് മൂസ ചിന്തിച്ചു.

അധിക ദിവസം അവർക്ക് കഞ്ഞി കുടിച്ച് കഴിയേണ്ടി വന്നില്ല. മൂന്നാം ദിവസം അമ്മൂമ്മയും കൂട്ടരും ഒരു ടാക്സി പിടിച്ച് കുഞ്ഞിനെയും കൊണ്ട് മടങ്ങി വന്നു.

മൂസ കുഞ്ഞിനെ കണ്ടു. നല്ലൊരു സുന്ദരക്കുട്ടൻ. അപ്പൂപ്പൻ അവന്റെ നിറുകയിൽ ഉമ്മ നൽകി.

കുഞ്ഞിനെ പുന്നാരിക്കാൻ എല്ലാവരും മത്സരമായിരുന്നു. മൂസയ്ക്ക് വളരെ കുറച്ച് സമയമേ അവന്റെയരികിൽ ഇരിക്കാൻ കിട്ടു. മൂസ അവനെ 'കുഞ്ചു' എന്നാണ് വിളിക്കുന്നത്. ഒരു ദിവസം മൂസ സാന്റിയാഗോയെ വീടിനുള്ളിലേക്ക് എടുത്തുകൊണ്ടു വന്നു. കുഞ്ചുവിനെക്കാണിക്കാൻ! എല്ലാവരും അതു പറഞ്ഞ് അവനെ കളിയാക്കി.

കുഞ്ഞുണ്ടായിട്ട് ഒരു മാസം വളരെ വേഗം കടന്നു പോയി. ഇന്ന് ഏപ്രിൽ ഒന്നാണ്. മൂസ ഏറെ സന്തോഷത്തോടെ കാത്തിരിക്കുന്ന ദിവസം. മധ്യവേനലവധിക്കായി സ്കൂളുകളൊക്കെ ഇന്നലെ പൂട്ടിയിരുന്നു. കുട്ടികളെ ഇന്ന് അപ്പൂപ്പന്റെയും അമ്മൂമ്മയുടെയും അടുത്ത് കൊണ്ടു വിടാമെന്നാണ് അവരുടെ അച്ഛനമ്മമാർ പറഞ്ഞിരിക്കുന്നത്!

മൂസ രാവിലെ തന്നെ ഗേറ്റ് തുറന്ന് മലർത്തിയിട്ടു. ഇടയ്ക്ക് പണി നിർത്തി അവൻ ഗേറ്റിനടുത്തു വന്നു നോക്കും, കുട്ടികളെയും കൊണ്ട് കാറുകൾ വരുന്നുണ്ടോയെന്ന്! എന്നാൽ മലകയറി വന്നത് രണ്ട് പോലീസ് ജീപ്പുകളായിരുന്നു!

അസ്കർ അലിയും മുരുകേശനും സംഘത്തിലുണ്ടായിരുന്നു. അവർ മൂസയെ വിളിച്ച് മാറ്റി നിർത്തി ഞെട്ടിക്കുന്ന ആ വാർത്ത അറിയിച്ചു. കാദറും പോക്കറും ഇന്നലെ രാത്രി ജയിൽ ചാടി! അതു മാത്രമല്ല, ഇന്നലെ രാത്രി തന്നെ നഗരത്തിൽ നിന്ന് മൂന്നു കിലോ മീറ്റർ ദൂരെയുള്ള നെല്ലിക്കുന്ന് ദേവീ ക്ഷേത്രത്തിൽ നിന്ന് ദേവിയുടെ തിരുവാഭരണവും മോഷണം പോയിരിക്കുന്നു! കാദറും പോക്കറും തന്നെയാണോ ഇതിനു പിന്നിലെന്ന് പോലീസുകാർ സംശയിക്കുന്നു.

അസ്കർ അലി കേസിന്റെ വിശദാംശങ്ങൾ പറഞ്ഞു:

"രാവിലെ പൂജാരിയും ക്ഷേത്രം കമ്മിറ്റി പ്രസിഡണ്ട് ഗോപാലനും കൂടിയാണ് ക്ഷേത്രം തുറന്നത്. നോക്കുമ്പോൾ ദേവിയുടെ തിരുവാഭരണം കാണുന്നില്ല. മൂന്നു വർഷം മുമ്പ് ഭക്തർ സംഭാവന നൽകിയ ഒന്നര കിലോ സ്വർണം ചേർത്ത് പണിയിച്ചതാണ്. കള്ളൻമാർ എങ്ങനെ ഉള്ളിൽക്കടന്നുവെന്നറിയില്ല. മേൽക്കൂര പൊളിച്ചിട്ടില്ല, പൂട്ടു തകർത്തിട്ടില്ല.... "

മുരുകേശൻ കൂട്ടിച്ചേർത്തു;

"ഞങ്ങൾക്ക് ഒരു തുമ്പും കിട്ടുന്നില്ല. ഇന്നു തന്നെ പ്രതികളെ പിടികൂടിയില്ലെങ്കിൽ പോലീസിനാകെ നാണക്കേടാകും. നീ എങ്ങനെയെങ്കിലും ഞങ്ങളെ രക്ഷിക്കണം!"

മൂസയ്ക്ക് ചിരിക്കാതിരിക്കാൻ കഴിഞ്ഞില്ല. അവൻ ചോദിച്ചു;

"എനിക്കെന്തു ചെയ്യാൻ കഴിയും, സാർ? പോലീസ് ഡിപ്പാർട്ട്മെന്റ് മുഴുവൻ ശ്രമിച്ചിട്ട് കഴിയാത്തത് ഞാനെങ്ങനെ ഒറ്റയ്ക്കു സാധിക്കാനാണ്?"

"നീ ഒറ്റയ്ക്കല്ല. ഡിപ്പാർട്ട്മെന്റ് മുഴുവൻ നിന്റെ സഹായത്തിനുണ്ട്. നീ ഞങ്ങളുടെ കൂടെ വന്നേ പറ്റൂ." അസ്കർ അലി അവനെ നിർബന്ധിച്ചു.

അൽപ്പം ആലോചിച്ചിട്ട് മൂസ പറഞ്ഞു:

"ശരി, ഞാൻ അപ്പാപ്പനോടും അമ്മാമ്മയോടും പറഞ്ഞിട്ടു വരാം."

വിവരം പറഞ്ഞ് മൂസ അപ്പൂപ്പന്റെയും അമ്മൂമ്മയുടെയും അനുവാദം

വാങ്ങി. അവരും അവനെ പ്രോത്സാഹിപ്പിച്ചു.

അവൻ പുതുതായി തുന്നിയ ഒരു പാന്റെടുത്തിട്ടു. ജീവിതത്തിലാദ്യമായാണ് മൂസ പാന്റ്സ് ധരിക്കുന്നത്! ജീപ്പിന്റെ താക്കോലെടുത്തു. അത്ഭുത വൃക്ഷത്തിനടുത്തു പോയി തൊട്ടു വണങ്ങി പ്രാർത്ഥിച്ചു. അനുഗ്രഹം പോലെ അതിന്റെ ഒരു ഇല അവന്റെ തലയിലേക്ക് പറന്നു വീണു. അവൻ അതെടുത്ത് പോക്കറ്റിലിട്ടു.

പോലീസുകാരോട് മൂസ പറഞ്ഞു:

"ആദ്യം നമുക്ക് പൂജാരിയുടെ വീട്ടിലേക്കു പോകാം. നിങ്ങൾ മുമ്പിൽ പൊയ്ക്കോളൂ. ഞാൻ പിന്നാലേ എന്റെ ജീപ്പിൽ വന്നോളാം."

അര മണിക്കൂറിനുള്ളിൽ മൂന്നു ജീപ്പുകൾ പൂജാരിയുടെ വീടിനു മുന്നിൽ ചെന്നു നിന്നു. പൂജാരിയും ഭാര്യയും അവരെ സ്വീകരിച്ചിരുത്തി. അവർ രണ്ടു പേർ മാത്രമാണ് അവിടെ താമസം. അവർക്കു മക്കളില്ല. ഒരു നാൽപ്പത്തഞ്ചു വയസ്സു പ്രായം കാണും പൂജാരിക്ക്. മൊട്ടത്തലയുടെ നടുവിൽ കെട്ടി വെച്ച കുടുമ. അതി സുന്ദരിയായ ഭാര്യയ്ക്ക് അയാളേക്കാൾ പത്തു വയസ്സെങ്കിലും കുറവാണ്.

അപ്പോഴേക്കും ക്ഷേത്രം തുറക്കുമ്പോൾ പൂജാരിക്കൊപ്പമുണ്ടായിരുന്ന ഗോപാലനും മറ്റു ചില ക്ഷേത്രം ഭാരവാഹികളുമെത്തി.

മൂസ പൂജാരിയോട് പറഞ്ഞു:

"എനിക്ക് സംഭവിച്ചതെന്താണെന്ന് സ്വാമിയുടെ നാവിൽ നിന്നു തന്നെ ഒന്നു കേൾക്കണം."

പൂജാരി തലേന്നു രാത്രി ക്ഷേത്രം അടച്ചതു മുതലുള്ള കാര്യങ്ങൾ വിവരിക്കാൻ തുടങ്ങി. മൂസ ഇടയ്ക്കു കയറി ഒരു ചോദ്യവും ചോദിച്ചില്ല. അയാളുടെ മുഖഭാവങ്ങൾ നിരീക്ഷിച്ചു കൊണ്ടിരുന്നു. അയാൾ കാര്യങ്ങൾ പറയുമ്പോൾ ഭാര്യയുടെ മുഖത്തുണ്ടാവുന്ന ഭാവ മാറ്റങ്ങളും മൂസ ശ്രദ്ധിച്ചു. പറയാനുള്ളതെല്ലാം അയാൾ പറഞ്ഞു കഴിഞ്ഞപ്പോൾ മൂസ പറഞ്ഞു:

"എനിക്ക് സ്വാമിയോട് ഒന്ന് ഒറ്റയ്ക്കു സംസാരിക്കണം."

അതേ വീട്ടിലെ തന്നെ അവരുടെ കിടപ്പു മുറിയിലേക്ക് മൂസ അയാളെ കൂട്ടിക്കൊണ്ടു പോയി. ഉള്ളിൽ നിന്നു വാതിലടച്ച് കുറ്റിയിട്ടു!

അമ്പലക്കള്ളൻ!

പൂജാരി പേടിച്ച വിറയ്ക്കാൻ തുടങ്ങിയിരുന്നു. മൂസ അയാളോട് ചോദിച്ചു:

"എവിടെടാ തിരുവാഭരണം?"

കൈ കൂപ്പിക്കൊണ്ട് അയാൾ പറഞ്ഞു:

"എനിക്കൊന്നും അറിയില്ല, സാറേ."

മൂസ അയാളുടെ കുടുമയിൽ പിടിച്ചു വലിച്ചു. പൂജാരി വേദന കൊണ്ടു പുളഞ്ഞു.

"തിരുവാഭരണമെടുത്തത് നീയാണെന്ന് എനിക്കറിയാം. അമ്പ ലത്തിലെ സി സി ടി വി യുടെ കാര്യം നീ മറന്നു പോയോ? സത്യം പറഞ്ഞില്ലെങ്കിൽ നിന്നെ ഞാൻ കൊന്നു കളയും."

"വീട് സാറേ, ഞാൻ തന്നെയാ എടുത്തത്. എന്റെ തങ്കം നിർ ബന്ധിച്ചിട്ടാ. പല തവണ ഞാൻ വേണ്ടെന്നു പറഞ്ഞതാ. ഒടുവിൽ തിരുവാഭരണം മോഷ്ടിച്ചില്ലെങ്കിൽ എന്നെ ഉപേക്ഷിച്ചു പോകുമെന്നു പറഞ്ഞു. അതുകൊണ്ടാ ഞാനീ അധർമ്മം പ്രവർത്തിച്ചത്."

മൂസ കുടുമയിൽ നിന്ന് കൈയെടുത്തു.

"ആരാടാ നിന്റെ തങ്കം?"

"എന്റെ ഭാര്യ തന്നെയാ സാറേ."

"എവിടുണ്ടെടാ തിരുവാഭരണം?"

"തങ്കം അത് അടുക്കളയിലെ വെണ്ണീറിൽ പൂഴ്ത്തിയിട്ടുണ്ട്."

മൂസ വാതിൽ തുറന്ന് പുറത്തിറങ്ങി. നേരേ പൂജാരിയുടെ ഭാര്യയുടെ

അടുത്തു ചെന്നു പറഞ്ഞു:

"പോയി തിരുവാഭരണം എടുത്തു കൊണ്ടു വാടീ. നിന്റെ ഭർത്താവ് എന്നോട് എല്ലാ സത്യവും പറഞ്ഞു കഴിഞ്ഞു."

അതു കേട്ടതും അവർ വിളറി വെളുത്ത് അവശയായി, നിലത്തേക്കു വീഴുമെന്ന ഘട്ടം വന്നപ്പോൾ ആരോ താങ്ങിക്കൊണ്ടു പോയി.

മൂസ നേരേ അടുക്കളയിലേക്കു പോയി. ഒരു വിറകു കൊള്ളി കൊണ്ട് ചാരക്കുഴിയിൽ കുത്തി തിരുവാഭരണം ഉയർത്തിയെടുത്തു. കണ്ടു നിന്നവരെല്ലാം അത്ഭുതപ്പെട്ടു.

മൂസ അത് ഗോപാലനു കൈമാറിയിട്ട് അസ്കർ അലി സാറിനോട് പറഞ്ഞു:

"ഈ കേസ് രജിസ്റ്റർ ചെയ്യേണ്ട, സാർ. ആ പാവത്തിനേക്കൊണ്ട് അയാളുടെ അതിമോഹിയായ ഭാര്യ ചെയ്യിപ്പിച്ചതാ. ഇത് വാർത്തയാക്കി രണ്ടും കൂടി കെട്ടിത്തൂങ്ങിച്ചത്താൽ അതിന്റെ പാപം നമ്മുടെ തലയിൽ വീഴും!"

ഇളം തിണ്ണയിൽ തളർന്നിരിക്കുന്ന പൂജാരിയോടും ഭാര്യയോടും മുരുകേശൻ പറഞ്ഞു:

"പോറ്റാൻ മക്കളൊന്നും ഇല്ലല്ലോടാ. പിന്നെയെന്തിനാണ് പണത്തിനോട് ഇത്ര വലിയ ആർത്തി?"

ആ ചോദ്യത്തിനു മറുപടി കിട്ടിയില്ല. അപ്പോൾ മൂസ പറഞ്ഞു:

"ആരു പറഞ്ഞു അവർക്കു മക്കളില്ലെന്ന്? രണ്ടു പേരും കൂടി ഒരു കുഞ്ഞിനെ ഓമനിച്ചു വളർത്തി വലുതാക്കിയിട്ടുണ്ട്."

മൂസ പറയുന്നതെന്തെന്നു പിടി കിട്ടാതെ എല്ലാവരും പരസ്പരം നോക്കി. അപ്പോൾ മൂസ മുരുകേശൻ സാറിനെ നോക്കി പൂർത്തിയാക്കി.

"അവരുടെ കുഞ്ഞിന്റെ പേര് സാറു പറഞ്ഞു കഴിഞ്ഞു; ആർത്തി."

കൂടി നിന്നവരുടെ കൂട്ടച്ചിരി മുഴങ്ങി. അസ്കർ അലി ക്ഷേത്രം ഭാരവാഹികളോട് ചോദിച്ചു:

"ഒറ്റത്തവണത്തേക്ക് ക്ഷമിക്കാം അല്ലേ?"

അവർ തലകുലുക്കി.

"ശരി, എന്നാൽ നിങ്ങൾ തന്ന പരാതി സമയം കിട്ടുമ്പോൾ സ്റ്റേഷനിൽ വന്നു തിരിച്ചെടുത്തോ."

എല്ലാവരും അവിടെ നിന്നിറങ്ങി. പോലീസുകാർ മൂസയ്ക്ക് നന്ദി

പറഞ്ഞു.

അപ്പോഴാണ് ഗോപാലൻ പ്ലാസ്റ്റിക് കവറിൽ ഒരു പൊതിയുമായി മൂസയെ സമീപിച്ചത്.

"ഇത് സാറിനുള്ള ഞങ്ങളുടെ ചെറിയൊരു സമ്മാനമാണ്. സാറിതു വാങ്ങില്ലെന്നു മാത്രം പറയരുത്."

"എന്താ ഇത്?"

"അൻപതിനായിരം രൂപയാണ്. തിരുവാഭരണം കണ്ടു പിടിക്കുന്നയാൾക്ക് കൊടുക്കാമെന്ന് ഞങ്ങൾ നേർന്നതാണ്. സാറിനിതു വേണ്ടെങ്കിലും സാറിതു വാങ്ങണം. അർഹിക്കുന്ന ആർക്കെങ്കിലും സാർ തന്നെ കൊടുത്താൽ മതി."

പോലീസ് ഓഫീസർമാരും വാങ്ങിക്കൊള്ളാൻ ആംഗ്യം കാണിച്ചു. മൂസ അതു വാങ്ങി പാന്റിന്റെ കീശയിൽ തള്ളി.

"അപ്പോൾ കാദറിന്റെയും പോക്കറിന്റെയും കാര്യം?" മുരുകേശൻ ചോദിച്ചു.

"കള്ളൻമാരല്ലേ സാറേ. ഇനിയുമെവിടെയെങ്കിലും കയറാതിരിക്കില്ല. അപ്പോൾ നമുക്കു കുരുക്കാം." മൂസ ആത്മവിശ്വാസത്തോടെ മറുപടി പറഞ്ഞു.

കുട്ടികളിപ്പോൾ വീട്ടിലെത്തിയിട്ടുണ്ടാവും. അവരെ കാണാനുള്ള കൊതിയിൽ മൂസ അതിവേഗം ജീപ്പ് പായിച്ചു. പോക്കറ്റിലുള്ള പണം കൊണ്ട് എന്തു ചെയ്യണമെന്ന ചിന്തയും നടക്കുന്നുണ്ട് മനസ്സിൽ. അപ്പോഴാണ് ഇടതു വശത്ത് ഒരു യത്തീം ഖാനയുടെ ബോർഡ് കാണുന്നത്. ഇവിടെയൊന്ന് കയറി നോക്കാമെന്നു തോന്നി മൂസയ്ക്ക്.

അവൻ ഗേറ്റിനു പുറത്ത് ജീപ്പ് നിർത്തി ഉള്ളിലേക്കു നടന്നു. കുറേ കുട്ടികൾ അവിടെ ഉച്ചഭക്ഷണം കഴിച്ചുകൊണ്ടിരിക്കുകയാണ്. കഞ്ഞിയും ചെറുപയറും. സ്കൂളടച്ചിട്ടും പോവാനൊരു വീടില്ലാത്ത കുട്ടികൾ!

മൂസ ഓഫീസിലേക്കു കയറി. അവിടെ ഒരാളിരിപ്പുണ്ട്. മൂസ അയാളോടു ചോദിച്ചു:

"ഇവിടെ എത്ര കുട്ടികളുണ്ട്, സർ?"

"അറുപത്തഞ്ചു പേരുണ്ട്."

"എന്നും ഇവർക്ക് കഞ്ഞിയും പയറുമാണോ, സർ?"

"അല്ല, ആഴ്ചയിൽ മൂന്നു ദിവസം ചോറും സാമ്പാറുമാണ്."

“ഇവർക്ക് ആഴ്ചയിലൊരു ദിവസമെങ്കിലും ബിരിയാണി കൊടുത്തു കൂടേ?”

“ഇതൊക്കെ ചോദിക്കാൻ നിങ്ങൾ ആരാണ് ?”

“ഞാനൊരു മനുഷ്യ സ്നേഹിയാണ്. ഭരത് മൂസ എന്നാണ് പേര്.”

“ഓഹോ, മിസ്റ്റർ മൂസ ഒരു കാര്യം മനസ്സിലാക്കണം. പലരിൽ നിന്നും സംഭാവന ചോദിച്ച് വാങ്ങി ഇതു തന്നെ വളരെ കഷ്ടപ്പെട്ടാണ് കൊടുക്കുന്നത്.”

“ഒരു ദിവസം ഒരു നേരം ഇവർക്ക് ബിരിയാണി കൊടുക്കാൻ എത്ര രൂപ ചിലവു വരും?”

അയാൾ അൽപ്പമൊന്നാലോചിച്ചിട്ട് പറഞ്ഞു:

“ഏഴായിരം രൂപയെങ്കിലുമാവും.”

“ഇന്നു മുതൽ ആഴ്ചയിലൊരു ദിവസം ബിരിയാണി എന്റെ വകയാണ്.”

മൂസ കീശയിലെ പൊതി തുറന്ന് ഇരുപത്തെട്ടായിരം രൂപ അയാൾക്ക് എണ്ണിക്കൊടുത്തു.

“ഇത് ഈ മാസത്തിലെ നാലാഴ്ചയിലേക്കുള്ളതാണ്. അടുത്ത മാസം ഞാൻ വീണ്ടും പണമെത്തിക്കാം.”

അയാൾ പണം വാങ്ങി റസീറ്റ് മുറിച്ചു കൊടുത്തിട്ട് പറഞ്ഞു:

“ഞാൻ മൊയ്തു ഹാജി. ഇവിടുത്തെ കാര്യങ്ങളൊക്കെ നോക്കി നടത്തുന്നത് ഞാനാണ്. സാറിന്റെ മൊബൈൽ നമ്പർ കിട്ടിയാൽ നന്നായിരുന്നു.”

മൂസ അയാൾക്ക് മൊബൈൽ നമ്പർ കൊടുത്ത് ജീപ്പിനരികിലേക്ക് നടന്നു.

കൊള്ളക്കാരെ കീഴടക്കുന്നു!

മൂസയുടെ കൈയിൽ ഇനിയും ഇരുപത്തിരണ്ടായിരം രൂപ കൂടി ബാക്കിയുണ്ട്. കുട്ടികൾക്കായി എന്തെങ്കിലും വാങ്ങാമെന്ന് മൂസ കരുതി. പുസ്തകക്കടയിൽ കയറി കുട്ടികൾക്കു പറ്റിയ കഥകളും നോവലുകളും കവിതകളും വാങ്ങി. ചെറിയ കുട്ടികൾക്കായി കുറേ കളിപ്പാട്ടങ്ങളും വാങ്ങി.

ആശാൻ കവല കഴിഞ്ഞ് പാവയ്ക്ക കുന്ന് കയറുമ്പോൾ, ഒരു വളവു തിരിഞ്ഞ് നോക്കുമ്പോൾ, മറ്റൊരു ജീപ്പ് റോഡ് ബ്ലോക്കു ചെയ്ത് നിർത്തിയിട്ടിരിക്കുകയാണ്. മൂസയ്ക്ക് അപകടം മണത്തു. മൂസ ജീപ്പ് അൻപതു മീറ്ററോളം റിവേഴ്സെടുത്തു നിറുത്തി വേഗം മുരുകേശൻ സാറിനെ വിളിച്ചു.

"സർ, ഞാൻ ആശാൻ കവലയിൽ നിന്നും പാവയ്ക്ക കുന്ന് കയറുകയാണ്. എന്റെ ജീവൻ അപകടത്തിലാണ്. വേഗം വന്ന് രക്ഷിക്കണം."

മറുപടിക്കായി കാത്തു നിൽക്കാതെ കട്ടു ചെയ്ത് മൂസ കുഞ്ഞിരാമേട്ടനെ വിളിച്ചു.

"ഞാൻ പാവയ്ക്കാ കുന്നു കയറി വരികയാണ്. കുറേ അക്രമികൾ എന്നെ തടഞ്ഞു നിർത്തിയിരിക്കയാണ്. ഏട്ടൻ വേഗം കഴിയുന്നത്ര ആളെ കൂട്ടി വരണം."

അപ്പോഴേക്കും മറ്റേ ജീപ്പിലുള്ള അഞ്ചു പേർ ഇറങ്ങി മൂസയുടെ ജീപ്പിനടുത്തേക്ക് നടന്നു വരുന്നു. കാദറും പോക്കറുമാണ് രണ്ടു പേർ, തടിമാടന്മാരായ മൂന്ന് ഗുണ്ടകളും. എല്ലാവരുടെയും കൈയിൽ കത്തിയും വടിവാളുമൊക്കെ ഉണ്ട്.

കുട്ടികൾക്കു വാങ്ങിയ കളിപ്പാട്ടങ്ങളുടെ കൂടെ കറുത്ത നിറത്തിലുള്ള ഒരു തോക്കും ഉണ്ടായിരുന്നു. മൂസ അതെടുത്ത് പോക്കറ്റിൽ വെച്ച് പുറത്തിറങ്ങി അവരുടെ നേരേ ഭയമില്ലാതെ നടന്നു.

"നീ ഞങ്ങളെ പിടിച്ച് പോലീസിലേൽപ്പിക്കും, അല്ലേ?"

കാദർ ചോദിച്ചു.

"എന്നും ഞങ്ങൾ ജയിലിൽത്തന്നെ കിടക്കുമെന്നു നീ കരുതിയോ?" പോക്കർ ചോദിക്കുന്നു.

"ഇന്നു നിന്നെ കൊത്തിയരിഞ്ഞ് പന്ത്രണ്ട് പീസാക്കിയിട്ടേ ഞങ്ങൾ പോവൂ. ഇനിയും ജയിലിൽ കിടക്കേണ്ടി വന്നാലും അതൊക്കെ ഞങ്ങൾക്ക് പുല്ലാണ്." കാദർ ഭീഷണിപ്പെടുത്തി.

മൂസ പോക്കറ്റിൽ നിന്ന് തോക്കെടുത്തു. അക്രമി സംഘം ഒന്നു വിരണ്ടു!

"നീ ഒരാളെ വെടിവെക്കുമ്പോഴേക്കും ബാക്കി നാലു പേർ നിന്നെ അരിഞ്ഞു വീഴ്ത്തുമെടാ." പോക്കർ പറഞ്ഞു.

"എന്നാൽ ആദ്യത്തെ വെടി നിന്റെ നെഞ്ചിലേക്കാവട്ടെ." മൂസ പോക്കറിനു നേരേ തോക്കു ചൂണ്ടി.

"അയ്യോ, എനിക്ക് മൂന്നു മക്കളെ പോറ്റാനുള്ളതാണേ." പോക്കർ കരഞ്ഞു കൊണ്ടു പറഞ്ഞു.

"എന്നാൽ ഇവനെ തട്ടിയേക്കാം." മൂസ കാദറിനു നേരേ ഉന്നം പിടിച്ചു.

"എനിക്കു മക്കൾ നാലാണേ." കാദർ പറഞ്ഞു.

"ഈ തടിയൻമാർക്കാണോ മക്കളില്ലാത്തത്?" മൂസ ഒരു ഗുണ്ടയുടെ നേരേ തോക്കു ചൂണ്ടി.

സമയം നീട്ടിക്കൊണ്ടു പോവുക എന്നതായിരുന്നു മൂസയുടെ തന്ത്രം. മൂസയുടെ തോക്കിനു മുന്നിൽ നിന്ന ഗുണ്ട പറഞ്ഞു:

"അയ്യോ സാറേ എന്നെ കൊല്ലല്ലേ. ഞങ്ങൾക്ക് സാറിനോട് ഒരു വിരോധവുമില്ല. പൈസ തരാമെന്നു പറഞ്ഞ് ഈ കള്ളൻമാർ കൂട്ടിക്കൊണ്ടു വന്നതാണ്. ജീവിക്കാൻ വേണ്ടിയാ സാറേ ഈ തൊഴിലിനിറങ്ങിയത്."

"എത്രയാടാ നിന്റെ ദിവസക്കൂലി?"

"അയ്യായിരം രൂപ."

"ഞാൻ പതിനായിരം വീതം ഓരോരുത്തർക്കും തരാം.

കാദറിനെയും പോക്കറിനേയും അങ്ങ് തട്ടിയേര്."

"അത് ഞങ്ങൾ ചെയ്യില്ല സാറേ. വേണമെങ്കിൽ ഓരോ കാല് വെട്ടിയേക്കാം. പക്ഷെ ആദ്യം പൈസ തരണം."

അപ്പോഴേക്കും ഒരു പോലീസ് ജീപ്പ് കയറ്റം കയറി വരുന്നത് അക്രമികൾ കണ്ടു. അവർ ഓടി ജീപ്പിൽ കയറി. എന്നാൽ വണ്ടി സ്റ്റാർട്ട് ചെയ്യും മുമ്പ് കുഞ്ഞിരാമേട്ടനും കുറേ നാട്ടുകാരും മുളവടികളുമായി എത്തിയിരുന്നു.

അവർ അക്രമികളുടെ ജീപ്പിന്റെ ഗ്ലാസ് അടിച്ചു പൊട്ടിച്ചു. കുഞ്ഞിരാമേട്ടൻ കൈയിൽ കരുതിയ കന്നാസിലെ രണ്ടു ലിറ്റർ മണ്ണെണ്ണ ജീപ്പിനു മുകളിലേക്കൊഴിച്ച് തീപ്പെട്ടി എടുത്തു.

"നിങ്ങടെ ജീപ്പ് കത്തിക്കാൻ പോകുവാടാ. കത്തിച്ചാവണ്ടെങ്കിൽ പുറത്തിറങ്ങ്."

അഞ്ചു പേരും ജീപ്പിൽ നിന്നിറങ്ങി. നാട്ടുകാർ അവരെ മുളവടികൾ കൊണ്ട് തലങ്ങും വിലങ്ങും അടിച്ചു നിലത്തു വീഴ്ത്തി.

"എല്ലാവന്റെയും രണ്ടു കാലും തല്ലിയൊടിച്ചേക്ക് ഇനി എണീറ്റു നടക്കരുത്." കുഞ്ഞിരാമേട്ടൻ പറഞ്ഞു.

അവശരായ അക്രമികളെ നാട്ടുകാർ തന്നെ ചുമന്നു കൊണ്ടു പോയി പോലീസ് ജീപ്പിലിട്ടു. എന്നിട്ടും അരിശം തീരാതെ അവർ വന്ന ജീപ്പ് പിടിച്ചു മറിച്ച് താഴെയുള്ള ചരിവിലേക്കിട്ടു.

മുരുകേശൻ സാർ മൂസയോടു ചോദിച്ചു:

"നിങ്ങൾ എന്ത് ആയുധം കൊണ്ടാണ് അക്രമികളെ നേരിട്ടത്?"

മൂസ കൈയിലിരുന്ന തോക്ക് എസ് ഐ ക്കു കൊടുത്തു കൊണ്ടു പറഞ്ഞു:

"കളിത്തോക്കാണ്. അപ്പാപ്പന്റെ പേരക്കുട്ടികൾക്ക് കളിക്കാൻ വാങ്ങിയതാ."

പോലീസുകാർക്കൊപ്പം നാട്ടുകാരും പൊട്ടിച്ചിരിച്ചു. മുരുകേശൻ സർ പറഞ്ഞു:

"നന്ദി ഭരത്, ഒരു ദിവസം കൊണ്ടു തന്നെ നിങ്ങൾ ഞങ്ങളുടെ രണ്ട് തലവേദനകളാണ് പരിഹരിച്ചത്. ഇനി ഞങ്ങൾക്കും തലയുയർത്തി നടക്കാം. നിങ്ങൾക്കും ഭയമില്ലാതെ ജീവിക്കാം!"

കുട്ടികൾ മൂസയുടെ വരവും കാത്തിരിക്കുകയായിരുന്നു. ജീപ്പു മുറ്റത്തെത്തിയപ്പോഴേക്കും അവർ ആർപ്പു വിളികളുമായി ചുറ്റും

കൂടി. സൗമ്യ മോളെ വാരിയെടുത്ത് മറ്റു കുട്ടികൾക്കൊക്കെ കൈ കൊടുത്തും തോളിൽ കൈയിട്ടും മൂസ അപ്പൂപ്പൻ ബംഗ്ലാവിലേക്ക് നടന്നു. കുട്ടികൾ ഒന്നിച്ചു പാടി..

"സി ഐ ഡി മൂസ അല്ല

ഇവൻ ഭരത് മൂസ

കള്ളു കുടിച്ചില്ലെങ്കിലും

ഇവൻ എന്നും പൂസാ

കള്ളം ചതി പൊറുക്കില്ല

കൊടുത്തിടും ശിക്ഷ

നന്മ ചെയ്യാൻ മടിയില്ല

നല്ലോർക്കുറ്റ തോഴൻ!"

കുട്ടികൾക്കൊപ്പം സന്തോഷങ്ങളും സാഹസങ്ങളും നിറഞ്ഞ പുതിയൊരവധിക്കാലത്തിന് തുടക്കമാവുകയായിരുന്നു, അന്ന്!

www.ingramcontent.com/pod-product-compliance
Lightning Source LLC
LaVergne TN
LVHW090425051026
849518LV00006B/2443